ਖਾਬ ਖੋ ਗਿਆ

ਖਾਬ ਖੋ ਗਿਆ

ਕਵਿਤਾਵਾਂ ਦਾ ਸੰਗ੍ਰਹਿ

ਪਰਮ ਅੰਟਾਲ

White Falcon Publishing
www.whitefalconpublishing.com

ਖਾਬ ਖੋ ਗਿਆ

ਪਰਮ ਅੰਟਾਲ

www.whitefalconpublishing.com

Cover design by White Falcon Publishing, 2021

ISBN - 978-1-63640-115-7

ਇਹ ਕਿਤਾਬ ਮੇਰੇ ਮਾਤਾ ਸਵ. ਕਰਮਜੀਤ ਕੌਰ ਜੀ
ਨੂੰ ਸਮਰਪਿਤ ਹੈ।

1

ਖਾਰੇ ਪਾਣੀ

ਮੇਰ ਲਫ਼ਜ਼ਾਂ ਵਿੱਚ ਨਾ ਉਹ ਮਿਠਾਸ ਰਹੀ।
ਹਾਰਿਆਂ ਵਾਗੂੰ ਜੀਣ ਦੀ ਨਾ ਹੁਣ ਆਸ ਰਹੀ।
ਕਿੰਨੀ ਵਾਰੀ ਪੀਂਦਾ ਰਵਾਂ ਇੰਨਾ ਹੰਝੂਆਂ ਨੂੰ,
ਇਸ ਖਾਰੇ ਪਾਣੀ ਦੀ ਨਾ ਹੁਣ ਪਿਆਸ ਰਹੀ।
ਅਸੀਂ ਤਾਂ ਮੁਢੋਂ ਹੀ ਦੁੱਖ ਨਾ ਲਿਆਏ ਸਾਂ,
ਪਿਆਰ ਪੱਖੋਂ ਵੀ ਤਕਦੀਰ ਸਾਥੋਂ ਨਿਰਾਸ਼ ਰਹੀ।
ਜਦ ਥੱਕ-ਹਾਰ ਕੇ ਕਲਮ ਦਾ ਲਿਆ ਸਹਾਰਾ,
ਕੁਝ ਚਿਰ ਚੱਲ ਕੇ ਉਹ ਵੀ ਉਦਾਸ ਰਹੀ।
ਦਿਲਾਸੇ ਮਿਲਦੇ ਰਹੇ ਕੇ ਵਕਤ ਬਦਲੇਗਾ
ਪਰ ਉਮੀਦ ਦੀ ਕਿਰਨ ਵੀ ਧੁੰਦਲਾ ਅਹਿਸਾਸ ਰਹੀ।
'ਪਰਮ' ਉੱਠ-ਉੱਠ ਜਾਣ ਨੂੰ ਕਾਹਲੇ ਮਹਿਫਲ 'ਚੋਂ,
ਲੱਗੇ ਤੇਰੀਆਂ ਗਜ਼ਲਾਂ ਵਿੱਚ ਨਾ ਹੁਣ ਉਹ ਨਿਘਾਸ ਰਹੀ।

2

ਠੰਡ ਕਲੇਜੇ

ਸੁਣ ਕੇ ਗੱਲਾਂ ਯਾਰਾਂ ਦੀਆਂ,
ਮੈਨੂੰ ਉਹਦਾ ਚੇਤਾ ਆ ਜਾਂਦਾ ਏ।
ਹਰ ਮੋੜ ਤੇ ਮੁੜਕੇ ਵੇਖਦਾ,
ਠੰਡ ਕਲੇਜੇ ਪਾ ਜਾਂਦਾ ਏ।
ਹੱਸਦੇ-ਹੱਸਦੇ ਲੰਘ ਜਾਂਦਾ ਸੀ ਦਿਨ,
ਜਿੱਦਾਂ ਦੁੱਖਾਂ ਨੂੰ ਕੋਈ ਖਾ ਜਾਂਦਾ ਏ।
ਉਹਨੇ ਤਾਂ ਭਾਂਵੇਂ ਯਾਦ ਨੀ ਕੀਤਾ ਹੋਣਾ,
ਪਰ ਮੈਨੂੰ ਤਾਂ ਉਹਦਾ ਚੜ੍ਹ ਚਾਅ ਜਾਂਦਾ ਏ।
ਜਦ ਵੀ ਗੱਲ ਮੇਰੇ ਪਿਆਰ ਦੀ ਛਿੜਦੀ,
ਲੱਗੇ ਚਾਰੇ-ਪਾਸੇ ਹਨੇਰਾ ਛਾ ਜਾਂਦਾ ਏ।
ਅੱਜ ਵੀ 'ਪਰਮ' ਨੂੰ ਹੱਸ ਕੇ ਬੁਲਾਉਂਦਾ
ਜਿਸ ਮੋੜ ਤੋਂ ਉਦੇ ਘਰ ਦਾ ਰਾਹ ਜਾਂਦਾ ਏ।

ਯਾਰ ਦਾ ਵਸਲ

ਹਿਜਰ ਦੇ ਦੁੱਖ ਸਹਿ-ਸਹਿ ਅਸੀਂ,
ਜ਼ਿੰਦਗੀ ਤੋਂ ਰੁਖਸਤ ਹੋ ਚੱਲੇ।
ਯਾਰ ਦਾ ਵਸਲ ਨਾ ਨਸੀਬ ਹੋਇਆ
ਉਸ ਤੜਫ ਨਾਲ ਦੁਨੀਆਂ 'ਚ ਖੋ ਚੱਲੇ।
ਅਸਨਾਈ ਵਿੱਚ ਗਏ ਬੁਰੀ ਤਰ੍ਹਾਂ ਲੁੱਟੇ,
ਜਿੰਨੇ ਲੁੱਟਿਆ ਨਾ ਉਦਾ ਲੋਕੋ ਚੱਲੇ।
ਬਿਰਹਾ ਦਾ ਵਿਹੁ ਅਸੀਂ ਰੱਜ-ਰੱਜ ਪੀਤਾ,
ਬਾਕੀ ਰਹਿੰਦੇ 'ਚ ਹੋਰਾਂ ਨੂੰ ਡੁਬੋ' ਚੱਲੇ।
'ਪਰਮ' ਜਿੱਥੇ ਆਸ਼ਕਾਂ ਦਾ ਮੁੱਢੋਂ ਟਿਕਾਣਾ ਲਿਖਿਆ,
ਅਸਾਂ ਤਾਂ ਉਸ ਰਾਹ ਵੱਲ ਹੋ ਚੱਲੇ।

4

ਕਾਲਾ ਹਨੇਰਾ

ਦੋ ਪਲ ਦੀਆਂ ਸਨ, ਸਾਡੀਆਂ ਖੁਸ਼ੀਆਂ,
ਪਿੱਛੋਂ ਫੇਰ ਓਹੀ ਕਾਲਾ ਹਨੇਰਾ ਛਾ ਗਿਆ।
ਦਿਖਾ ਕੇ ਰਸਤਾ ਆਪਣੀ ਮੰਜ਼ਿਲ ਦਾ,
ਮੀਲਾਂ ਤੋਂ ਵੱਧ ਸਾਨੂੰ ਪਿੱਛੇ ਪਾ ਗਿਆ।
ਜੇ ਉਹਨੇ ਸਾਡੀ ਹੋਣਾ ਹੀ ਨਹੀਂ ਸੀ ਕਦੇ,
ਕਿਉਂ ਅੱਖਾਂ 'ਚ ਉਹਦੇ ਨਾਂ ਦਾ ਹੰਝੂ ਆ ਗਿਆ।
ਖੋਹ ਕੇ ਸੁੱਖ-ਚੈਨ ਮੇਰੀ ਜ਼ਿੰਦਗੀ ਦਾ,
ਮੇਰੇ ਅੱਲੇ ਜ਼ਖ਼ਮਾਂ ਤੇ ਨਮਕ ਲਾ ਗਿਆ।
ਓ ਰੱਬਾ। ਹੁਣ ਕੀ ਤੈਥੋਂ ਮੈਂ ਮੰਗਾਂ, ਦੇ ਕੇ,
ਉਹਦਾ ਪਿਆਰ ਹੁਣ ਤੂੰ ਹੀ ਖਾ ਗਿਆ।
ਉਹ ਤਾਂ ਬੇਗਾਨੀ ਸੀ ਤੇ ਬੇਗਾਨੀ ਹੋ ਗਈ,
ਆਹ ਦੇਖ ਗਰੀਬ ਦਰ ਤੇਰੇ ਤੇ ਫੇਰ ਆ ਗਿਆ।

5

ਦਿਲ ਦਾ ਦੁੱਖੜਾ

ਆਪਣੇ ਦਿਲ ਦਾ ਦੁੱਖੜਾ ਸੁਣਾਉਣਾ ਅਜੇ ਬਾਕੀ ਏ।
ਬੁਝੀ ਹੋਈ ਅੱਗ ਨੂੰ ਮਚਾਉਣਾ ਅਜੇ ਬਾਕੀ ਏ।
ਰੱਬ ਵੀ ਸਾਰਾ ਮੁੱਢੋਂ ਵੈਰੀ ਬਣ ਗਿਆ ਤੇ,
ਰਹਿੰਦੀ ਉਮਰ ਉਨ੍ਹੂੰ, ਵੀ ਧਿਆਉਣਾ ਅਜੇ ਬਾਕੀ ਏ।
ਯਾਰ ਦੀਆਂ ਯਾਦਾਂ ਵਿੱਚ ਅਸਾਂ ਰੱਬ ਵੇਖਿਆ
ਪਰ ਉਨ੍ਹੂੰ ਹਕੀਕਤ 'ਚ ਲਿਆਉਣਾ ਅਜੇ ਬਾਕੀ ਏ।
ਸੋਚਿਆ ਸੀ, ਲੰਘ ਜਾਣਗੇ ਦਿਨ ਸੁਖਾਲੇ ਹੀ,
ਉਹਨਾਂ ਪਲਾਂ 'ਚ ਪੈਰ ਜਿਹਾ ਪਾਉਣਾ ਅਜੇ ਬਾਕੀ ਏ।
ਵਿਖਾ ਦਿੰਦਾ ਮੈਂ ਨੂਰ ਉਹਦੇ ਚਿਹਰੇ ਦਾ, ਪਰ
ਕੀ ਕਰੀਏ ਸੱਜਣਾ ਦਾ ਅਜੇ ਆਉਣਾ ਬਾਕੀ ਏ।
ਤੁਰ ਗਈ ਉਹ ਜਿਹੜੇ ਰਾਹ ਛੱਡ ਕੇ ਸਾਨੂੰ ਕੱਲਿਆਂ।
'ਪਰਮ' ਉਸ ਰਾਹ ਨਾਲ ਸਾਡਾ ਰਾਹ ਮਿਲਾਉਣਾ ਅਜੇ ਬਾਕੀ ਏ।

ਤੇਰੇ ਹਾਸੇ

ਤੇਰੇ ਹਾਸੇ ਵਿੱਚ ਵੱਸਦੀ ਜਾਨ ਸਾਡੀ,
ਬਸ ਇਸੇ ਸਹਾਰੇ ਤੁਰੀ ਫਿਰਦੇ ਹਾਂ।
ਤੇਰਾ ਹਾਸਾ ਸਾਡਾ ਸਾਲ ਇਕ ਵਧਾ ਜਾਂਦਾ,
ਉਂਝ ਉਮਰਾਂ ਤਾਂ ਪੂਰੀਆਂ ਕਰੀ ਫਿਰਦੇ ਹਾਂ।
ਇਹ ਦਾਤ ਨਾ ਰੱਬ ਤੈਥੋਂ ਦੂਰ ਕਰੇ,
ਤੇਰੇ ਹਿੱਸੇ ਦੇ ਦੁੱਖ ਵੀ ਅਸੀਂ ਜਰੀ ਫਿਰਦੇ ਹਾਂ।
ਹੱਸਣਾ ਜਾਪੇ ਤੇਰਾ ਕਿਸੇ ਬਹਾਰ ਵਰਗਾ,
ਤਾਂਹੀਉਂ ਫੁੱਲ ਤਲੀਆਂ ਤੇ ਧਰੀਂ ਫਿਰਦੇ ਹਾਂ।
ਨਿੱਤ-ਨਿੱਤ ਦਾ ਤੇਰਾ ਵੇਖ ਕੇ ਹੱਸਣਾ,
ਆਪਣਾ ਜਾਨ-ਜਹਾਨ ਤੇਰੇ ਤੇ ਹਰੀ ਫਿਰਦੇ ਹਾਂ।
ਵੇਖੀਂ ਕਿਤੇ ਹੱਸਣਾ ਨਾ ਭੁੱਲ ਜਾਵੀਂ, ਇਸੇ ਕਰਕੇ,
'ਪਰਮ' ਤੇਰੇ ਉੱਤੇ ਅਸੀਂ ਮਰੀ ਫਿਰਦੇ ਹਾਂ।

ਥੋੜੀ ਜਹੀ ਜਗ੍ਹਾ

ਜੇ ਥੋੜੀ ਜਹੀ ਜਗ੍ਹਾ ਮਿਲ ਜਾਂਦੀ,
ਉਹਦੇ ਦਿਲ ਵਿੱਚ ਰਹਿਣ ਦੀ।
ਨੇੜ੍ਹੇ ਆ ਕੇ ਇਕ ਵਾਰੀ ਉਹਦੇ,
ਹਾਲ ਆਪਣੇ ਦਿਲ ਦੀ ਕਹਿਣ ਦੀ।
ਉਸਨੇ ਹੀ ਸਾਥੋਂ ਰੱਖੀਆਂ ਸੀ, ਦੂਰੀਆਂ,
ਕਿੱਵੇਂ ਕਹਿੰਦਾ ਗੱਲ ਆਪਣੇ ਨਾਲ ਬਹਿਣ ਦੀ।
ਰੱਬ ਵੀ ਨਾ ਮੰਨਿਆ ਤੇ ਹੁਣ
ਯਾਰ ਰੁੱਸਿਆ, ਨਾ ਰਹੀ ਬਾਤ ਕਿਸੇ ਨੂੰ ਕਹਿਣ ਦੀ।
ਇੱਕ-ਇੱਕ ਕਰ ਸਭੇ ਉਮੀਦਾਂ ਮੁੱਕ ਗਈਆਂ,
ਵਾਰੀ ਏ, ਹੁਣ ਸਾਡੀ ਕੁੱਲੀ ਢਹਿਣ ਦੀ।
ਦੁਆਵਾਂ ਦਾ ਵੀ ਨਾ ਅਸਰ ਹੋਇਆ,
ਮੁੱਕ ਗਈ ਤਾਕਤ ਦੁੱਖ ਪੱਥਰਾਂ ਦੇ ਸਹਿਣ ਦੀ।
ਕੀ ਮਿਲਿਆ ਹੋਊ ਉਨੂੰ ਦਿਲ ਤੋੜ ਕੇ 'ਪਰਮ' ਦਾ
ਸੋਚ-ਸੋਚ ਰੁਕਦੀ ਨਾ ਨਹਿਰ ਹੰਝੂਆਂ ਵਾਲੇ ਵਹਿਣ ਦੀ।

8

ਰੂਹਾਂ ਦੇ ਹਾਣੀ

ਤੇਰੇ ਸ਼ਹਿਰ ਦੀਆਂ ਗਲੀਆਂ,
ਚੇਤੇ ਆਉਂਦੀਆਂ ਰਹਿਣਗੀਆਂ।
ਜਿੱਥੇ ਮਿਲਦੇ ਸੀ ਰੂਹਾਂ ਦੇ ਹਾਣੀ,
ਗੱਲਾਂ ਸੁਣਾਉਦੀਆਂ ਰਹਿਣਗੀਆਂ।
ਮੋਹ ਨਾ ਚੱਕਿਆ ਜਾਣਾ ਇਹਨਾਂ ਰੁੱਸਨਾਈਆ ਦਾ,
ਸਾਡੇ ਜਾਣ ਤੋਂ ਬਾਦ ਵੀ ਜੋ ਪਿਆਰਾਂ ਨੂੰ ਰੁੱਸ
ਨਾਉਦੀਆ ਰਹਿਣਗੀਆਂ।
ਕੁਝ ਚਿਰ ਦਾ ਹੀ ਲੇਖ ਸੀ, ਸਾਡਾ ਸ਼ਹਿਰ ਤੇਰੇ ਨਾਲ
ਬਾਕੀ ਦੇ ਲਿਖੇ ਲੇਖਾਂ ਨੂੰ ਮਿਟਾਉਂਦੀਆਂ ਰਹਿਣਗੀਆਂ।
'ਪਰਮ' ਹੁਣ ਨਾ ਕੋਈ ਤਮੰਨਾ ਰਹੀ,
ਇਸ ਦਿਲ ਵਿੱਚ ਵੀ ਯਾਦ ਆਉਂਦੀਆਂ ਰਹਿਣਗੀਆਂ।
ਰੱਬ ਦੀ ਦਰਗਾਹ ਵਿੱਚ ਜਾ ਕੇ ਸੁੱਖ ਮੰਗਾਂਗੇ ਇਹਨਾਂ ਦੀ,
ਜੋ ਰਹਿੰਦੇ ਸਮੇਂ ਤੱਕ ਆਸ਼ਕਾਂ ਨੂੰ ਮਿਲਾਉਂਦੀਆਂ ਰਹਿਣਗੀਆਂ।

9

ਉਹ ਯਾਰ

ਉਹ ਯਾਰ ਸਦਾ ਰਹਿਣ ਵੱਸਦੇ,
ਜਿਹਨਾਂ ਧੁੱਪਾਂ ਵਿੱਚ ਕੀਤੀਆਂ ਛਾਂਵਾ ਨੇ।
ਪੈਸਿਆਂ ਅੱਗੇ ਨਾ ਚੱਲਿਆ ਜ਼ੋਰ ਸਾਡਾ,
ਤੇ ਬਦਲ ਬੈਠੇ ਆਪਣੀਆਂ ਰਾਹਵਾਂ ਨੇ
ਹਾਸੇ-ਖੇਡੇ, ਮਖੌਲ ਕੀਤੇ ਖੜ੍ਹ ਜਿੱਥੇ,
ਰੋਂਦਿਆਂ ਦੇਖੀਆਂ ਅੱਜ ਵੀ ਉਹ ਥਾਵਾਂ ਨੇ।
ਵਕਤ ਦੀ ਪੁੱਠੀ ਚਾਲ ਨੇ, ਦੂਰ ਕਰ ਕੇ
ਦੇ ਦਿਤੀਆਂ ਮੌਤ ਵਰਗੀਆਂ ਸਜ਼ਾਵਾਂ ਨੇ।
ਹੌਂਸਲਾ ਹੀ ਕਾਫੀ ਸੀ ਉਹਨਾਂ ਦੇ ਹੋਣ ਦਾ,
ਕੱਟੀਆਂ ਗਈਆਂ ਮੇਰੀਆਂ ਉਹ ਬਾਹਵਾਂ ਨੇ।
'ਪਰਮ' ਕਿੰਵੇਂ ਨਾ ਯਾਦ ਰੱਖੇ ਯਾਰਾਂ ਨੇ,
ਜਿਹੜੇ ਬਣ ਗਏ ਮੁੱਢਲੀਆਂ ਸਾਹਵਾ ਨੇ।

10

ਦਿਲ ਦੇ ਬੂਹੇ

ਮੇਰੇ ਦਿਲ ਦੇ ਬੂਹੇ ਤੇ ਮੌਤ ਦੇ ਡੇਰੇ ਨੇ।
ਕੀ ਕਰੀਏ ਸਾਰੇ ਦੇ ਸਾਰੇ ਦੁੱਖ ਹੀ ਤੇਰੇ ਨੇ।
ਮਹਿਕ ਨਾ ਮੁਕਾਇਆਂ ਮੁੱਕਦੀ, ਤੇਰੀ ਬੇਵਫਾਈ ਦੀ,
ਤੇ ਦਿਲ ਉਤੇ ਕੀਤੇ ਹੋਏ ਜ਼ੁਲਮ ਵੀ ਬਥੇਰੇ ਨੇ।
ਹੰਝੂਆਂ ਦੀ ਲੜੀ ਰੁੱਕਣ ਦਾ ਨਾ ਨਹੀਂ ਲੈਂਦੀ,
ਅੱਖਾਂ ਵਿੱਚ ਵੀ ਜ਼ਖਮ ਲੱਗੇ ਗਹਿਰੇ ਨੇ।
ਉਹਦੀ ਸਾਜ਼ਿਸ਼ ਦੇ ਹੋਏ ਸ਼ਿਕਾਰ ਅਸੀਂ,
ਸਾਨੂੰ ਮਾਰਨ ਦੇ ਦਿਨ ਸਾਰੇ ਉਹਦੇ ਸਹਿਰੇ ਨੇ।
ਮੁੱਕਣ ਨਾ ਮੇਰੇ ਲਿਖੇ ਗੀਤ ਨਾ ਹੀ ਉਹ ਦਿਨ,
ਉਮਰ ਭਰ ਲਈ ਜਿਹਨਾਂ ਲਾਏ ਪਹਿਰੇ ਨੇ।
ਜਿੰਦ ਮੁੱਕ ਜਾਣੀ, ਪਰ ਇਹ ਦਿਨ ਨਹੀਉ ਮੁੱਕਦੇ,
ਕਿਉਂ ਜੋ ਇਹ ਦੁੱਖ ਤੇ ਜ਼ਖਮ, 'ਅੰਟਾਲਾ' ਮੇਰੇ ਨੇ।

11

ਗਮਾਂ ਦੇ ਬਦੱਲ

ਮੇਰੇ ਗਮਾਂ ਦੇ ਬੱਦਲ ਦਿਨੋ-ਦਿਨ ਘਿਰਦੇ ਜਾਣ।
ਸੁਪਨੇ ਵੀ ਸੁਕਿਆਂ ਪੱਤਿਆਂ ਵਾਂਗੂੰ ਗਿਰਦੇ ਜਾਣ।
ਮੌਤ ਦੀ ਹੀ ਸੀ ਇਕ ਆਖਰੀ ਉਮੀਦ ਬਚੀ,
ਉਹਦੇ ਵੀ ਦਿਨ ਲੱਗੇ ਹੁਣ ਫਿਰਦੇ ਜਾਣ।
ਸਾਡੀ ਮੌਤ ਤੇ ਜੇ ਉਹਨੂੰ ਸਕੂਨ ਮਿਲਦਾ ਹੁਣ,
ਭਾਵੇਂ ਜਿੰਨੇ ਵੀ ਟੁੱਕੜੇ ਸਾਡੇ ਸਿਰ ਦੇ ਜਾਣ।
ਮੰਗ ਲੈਣਗੇ ਕਦੇ ਤਾਂ ਉਹ ਜਾਨ ਸਾਰੀ,
ਡੁੱਬ ਗਏ ਇਸੇ ਆਸ 'ਚ ਤੇ ਆਪ ਉਹ ਤਿਰਦੇ ਜਾਣ।
ਅਰਥੀ ਵੇਖ ਸਾਡੀ ਉਹਨਾਂ ਮੁੜ ਕੇ ਨਾ ਵੇਖਿਆ,
'ਪਰਮ' ਦੇ ਹੰਝੂ ਉਹਨਾਂ ਲਈ ਅਜੇ ਵੀ ਕਿਰਦੇ ਜਾਣ।

ਅਸਲੀ ਬੰਦਾ

ਰੱਬ ਹੀ ਲਿਖਕੇ ਭੇਜਦਾ ਸਭ ਦੇ ਹੱਥੀ ਕਰਮ।
ਕਰਮਾਂ ਨੂੰ ਦੋਸ਼ ਦੇ ਕੇ ਲੋਕੀ ਕਰ ਜਾਂਦੇ ਸ਼ਰਮ।
ਉਹਨਾਂ ਮੰਜ਼ਿਲਾਂ ਵੱਲ ਜਾਣ ਦਾ ਬੜਾ ਨਜ਼ਾਰਾ,
ਜਿੰਨਾਂ ਰਾਹਵਾਂ ਦੀ ਇਜਾਜ਼ਤ ਨਾ ਦਿੰਦਾ ਹੋਵੇ ਪਰਮ।
ਦੁਨੀਆ ਰੰਗ-ਬਰੰਗੀ ਵਿੱਚ ਲੋਕਾਂ ਦੇ ਤਰਾਂ-ਤਰਾਂ ਦੇ ਦਿਲ,
ਹੁੰਦੇ ਕਈ ਫੁੱਲਾਂ ਵਰਗੇ, ਕਈ ਅੱਗਾਂ ਵਾਂਗੂੰ ਗਰਮ।
ਅਕੜਾਈ ਧੌਣ ਨਾਲ ਨੀਚੇ ਨਹੀਉ ਹੁੰਦਾ ਦਿੱਸਦਾ,
ਅਸਲੀ ਬੰਦਾ ਉਹੀ ਜੋ ਮੌਕਾ ਵੇਖ ਬਣ ਜੇ ਨਰਮ
ਕਿਉਂ ਤੋੜਣੇ ਸੀ, ਤੀਰ ਸਾਹਿਬਾ ਨੇ ਮਿਰਜੇ ਦੇ,
ਜੇ ਦਿਲ'ਚ ਹੁੰਦਾ ਨਾ ਭਰਾਵਾਂ ਦੇ ਆਉਣ ਦਾ ਭਰਮ।
ਕਾਲਜ ਵਿੱਚ ਪੜਦਿਆਂ ਅੱਖਾਂ ਮਿਲਣੀਆਂ ਜਾਇਜ਼ ਹੁੰਦੀਆਂ,
ਤੇ ਕੁਝ ਕਰ ਗਜਰਦਾ ਜਦ ਇਸ਼ਕ ਹੋਵੇ ਪੂਰੇ ਚਰਮ।
ਖੁਸ਼ੀ ਮਿਲਦੀ ਜੱਗ ਦੀਆਂ ਸੱਚਾਈਆਂ ਨੂੰ ਫੋਲ ਕੇ।
ਪਰ ਆਪਣੀਆਂ ਕੁਝ ਗੱਲਾਂ ਅੱਗੇ ਚੁੱਪ ਹੋ ਜਾਂਦਾ 'ਪਰਮ'।

ਆਸ਼ਿਕ ਸ਼ਾਇਰ

ਆਸ਼ਿਕ ਸ਼ਾਇਰ ਉਹ ਹੁੰਦੇ ਨੇ,
ਜੋ ਪੈਰਾਂ ਹੇਠ ਲਤਾੜੇ ਹੁੰਦੇ ਨੇ।
ਜਿਹਨਾਂ ਦੇ ਨਾ ਕੋਈ ਸਹਾਰੇ ਹੁੰਦੇ ਨੇ।
ਸੋਹਣੀਆਂ ਸ਼ਕਲਾਂ ਦੇ ਮਾਰੇ ਹੁੰਦੇ ਨੇ।
ਗੱਲ-ਗੱਲ ਤੇ ਪਛਾੜੇ ਹੁੰਦੇ ਨੇ।
ਜਿਹਨਾਂ ਨੇ ਉੱਚੇ ਮਹਿਲ ਤਾਂ ਉਸਾਰੇ ਹੁੰਦੇ ਨੇ।
ਪਰ ਇਹਨਾਂ ਦੇ ਬੰਨੇ ਨਾ ਹੀ ਕਿਨਾਰੇ ਹੁੰਦੇ ਨੇ।
ਹਰ ਪਲ ਮੌਤ ਲਈ ਕੱਢ ਦੇ ਹਾੜੇ ਹੁੰਦੇ ਨੇ।
ਦਿਲ ਵਿੱਚ ਬਲਦੇ ਚਿੰਗਾਰੇ ਹੁੰਦੇ ਨੇ।
ਦੁਖਾਂ, ਦਰਦਾਂ ਨਾਲ ਭਰੇ ਪਿਟਾਰੇ ਹੁੰਦੇ ਨੇ।
ਨੀਲੇ ਗਗਨ ਤੋਂ ਵਾਂਗੂੰ ਟੁੱਟਦੇ ਤਾਰੇ ਹੁੰਦੇ ਨੇ।
ਸਾਂਹ ਵੀ ਜਿਹਨਾਂ ਲਏ ਉਧਾਰੇ ਹੁੰਦੇ ਨੇ।
ਡੋਬਣ ਵਾਲੇ ਸੱਜਣਾਂ ਦੇ ਲਾਰੇ ਹੁੰਦੇ ਨੇ।
ਅੱਖਾਂ ਵਿੱਚ ਹੰਝੂਆਂ ਦੇ ਭਾੜੇ ਹੁੰਦੇ ਨੇ।
'ਪਰਮ' ਕੀ ਆਖੇ ਇਹਨਾਂ ਦੇ ਦਰਦਾਂ ਬਾਰੇ
ਇਹ ਤਾਂ ਆਪਣੇ ਸੱਜਣਾਂ ਹੱਥੋਂ ਹੀ ਉਜਾੜੇ ਹੁੰਦੇ ਨੇ।

14

ਹਰਫ਼ ਉਤਾਰਦੇ-ਉਤਾਰਦੇ

ਹਰਫ਼ ਉਤਾਰਦੇ-ਉਤਾਰਦੇ ਮੈਨੂੰ ਚੇਤਾ ਆਇਆ।
ਪੱਥਰਾਂ ਨੂੰ ਕਿਉਂ ਮੈਂ ਦਿਲ ਦਾ ਹਾਲ ਸੁਣਾਇਆ।
ਕੌਣ-ਕੌਣ ਗਵਾਹ ਬਣੇ, ਮੇਰੀ ਗੱਲ ਦੇ,
ਤੇ ਕਿਹਨਾਂ ਨੇ ਮੈਨੂੰ ਕਾਫ਼ਿਰ ਆਖ ਬੁਲਾਇਆ।
ਹਰ ਸ਼ਖਸ ਦੇ ਦਿਲ 'ਚ ਮੈਂ ਉਤਰਨਾ ਚਾਹੁੰਦਾ,
ਕੇ ਪਤਾ ਚਲ ਜਾਵੇ ਕੀ ਮੈਂ ਹੱਥੋਂ ਗਵਾਇਆ।
ਅਣਜਾਣ ਕੀ ਜਾਣਨ ਮੇਰੀ ਸ਼ਖ਼ਸੀਅਤ ਨੂੰ,
ਅੱਜ ਮੇਰੇ ਵਾਕਫਾਂ ਨੇ ਵੀ ਦਿਲੋਂ ਭੁਲਾਇਆ।
ਮੈਂ ਛੱਡ ਦੇਵਾਂ ਹਰਫ਼ ਕਾਗਜ਼ ਤੇ ਉਤਾਰਨ,
ਵੈਰੀ ਗਮਾਂ ਨੇ ਕਿੰਨਾ ਜੋਰ ਸੀ ਲਾਇਆ।
ਹਰ ਮਾੜੇ ਵਕਤ ਤੇ ਮੈਂ ਮਹਿਸੂਸ ਕੀਤਾ,
ਬਸ ਨਾਲ-ਨਾਲ ਰਹੇ ਕਿਸੇ ਸ਼ਖਸ ਦਾ ਸਾਇਆ।
ਕੁੱਝ ਪਲ, ਕੁੱਝ ਯਾਦਾਂ ਨੇ ਬਸ ਮੇਰੇ ਹੱਥੀਂ,
ਹੋਰ ਨਾ ਮੈਂ ਇਸ ਜੱਗ 'ਚ ਕਮਾਇਆ।
ਰਾਹਾਂ ਤੇ ਜਾਂਦੇ ਰਾਹੀ ਹੁਣ ਰਾਹੀ ਹੋ ਗਏ,
ਕਿਨਾਰੇ ਖੜੇ ਮੁਸਾਫਿਰ ਦਾ ਲੋਕਾਂ ਮਜ਼ਾਕ ਉਡਾਇਆ।
ਨਜ਼ਰਾਂ ਵੀ ਨੇ ਤੇ ਉਮੀਦਾਂ ਵੀ ਉਸ ਦਰਗਾਹ ਉੱਤੇ,
ਉਹਦਾ ਗੁੱਸਾ ਵੀ ਕੇ 'ਪਰਮ' ਨੂੰ ਕਿਉਂ ਸ਼ਾਇਰ ਬਣਾਇਆ।

15

ਮੁਹੱਬਤ

ਵਕਤ ਚੰਗਾ ਸੀ ਜਾਂ ਹਲਾਤਾਂ ਨੇ ਸਾਥ ਦਿੱਤਾ।
ਜਿੰਨਾ 'ਚ ਪਾਕ ਰੂਹਾਂ ਦੀ ਮੁਹੱਬਤ ਪ੍ਰਵਾਨ ਹੋਈ।
ਸ਼ੁਕਰ ਏ ਪੰਛੀਆਂ ਦਾ ਇਨਸਾਨਾਂ ਨਾਲ ਮੇਲ ਨਹੀਂ,
ਦੁਨੀਆਵੀ ਪਾੜੇ ਵਿੱਚ ਹੀ ਇਹ ਜੋੜੀ ਜਵਾਨ ਹੋਈ।
ਉੱਡਣਾ ਸਿਖਾ ਦਿੱਤਾ ਆਵਾਮ ਵਿਚਲੀ ਗੱਲਾਂ ਨੇ,
ਵਕ਼ਤ ਨਾਲ-ਨਾਲ ਖੜੀ ਵਾਂਗ ਤੀਰ-ਕਮਾਨ ਹੋਈ।
ਹਰ ਜਗਾ ਹੋਵੇਗੀ ਤੇਰੀ ਜੈ-ਜੈ ਕਾਰ ਮੁੱਹਬਤੇ,
ਸੱਚੇ ਆਸ਼ਕਾਂ ਦੇ ਮੂੰਹੋ ਨਿਕਲਿਆ ਫਰਮਾਨ ਹੋਈ।
ਕੁਲ ਹੱਦ ਤੱਕ ਨਿਭਾਇਆ ਵੀ ਤੈਨੂੰ ਕਈਆਂ ਨੇ,
ਹੀਰ-ਰਾਂਝੇ ਮਿਰਜ਼ੇ ਵਰਗਿਆਂ ਦਾ ਸੱਚਾ ਅਰਮਾਨ ਹੋਈ।
ਅੱਜ ਇੰਨਾ ਮਾੜਾ ਅਸਰ ਨਾ ਹੁੰਦਾ ਤੇਰਾ,
ਪਤਾ ਨਾ ਲਗਦਾ ਕਿਸੇ ਨੂੰ ਜੋ ਗੱਲ ਦੋਹਾ ਦਰਮਿਆਨ ਹੋਈ।
ਉਸ ਵਕਤ ਵੀ ਵੈਰੀ ਸਨ ਤੇਰੇ ਹਰ ਮੋੜ ਤੇ,
ਅੱਜ ਵੀ ਤੂੰ ਆਸ਼ਕਾਂ ਲਈ ਮੌਤ ਦਾ ਸਮਾਨ ਹੋਈ।

ਮੇਰੇ ਖਾਬਾਂ ਵਿੱਚ

ਤੂੰ ਹਕੀਕਤ ਵਿੱਚ ਨਹੀਂ ਉਂਝ ਮੇਰੇ ਖਾਬਾਂ ਵਿੱਚ ਤਾਂ ਹੈਂ।
ਲੋਕਾਂ ਨੂੰ ਦਿੱਤੇ ਸਾਰੇ ਸਵਾਲਾਂ-ਜਵਾਬਾਂ ਵਿੱਚ ਤਾਂ ਹੈਂ।
ਆਪਣੇ-ਆਪ ਛਿੜ ਜਾਂਦੀ ਏ ਤਾਰ ਦਿਲ ਦੀ,
ਸ਼ੁਕਰ ਏ ਤੂੰ ਦਿਲ ਦੇ ਰਬਾਬਾਂ ਵਿੱਚ ਤਾਂ ਹੈਂ।
ਰਿਸ਼ਤੇ-ਪਿਆਰ ਤੇ ਫੁੱਲ ਵਾਂਗ ਭਰੇ ਤਲਾਬਾਂ ਵਿੱਚ ਤਾਂ ਹੈਂ।
ਤੂੰ ਕਮਲ ਦੇ ਫੁੱਲ ਵਾਂਗ ਭਰੇ ਤਲਾਬਾਂ ਵਿੱਚ ਤਾਂ ਹੈਂ।
ਐਵੇਂ ਡਰਿਆ ਨਾ ਕਰ ਤੂੰ, ਦੂਰ ਨਹੀਂ ਮੈਥੋਂ,
ਮੇਰੀਆਂ ਨਿੱਤ ਦੀਆਂ ਪੜ੍ਹੀਆਂ ਕਿਤਾਬਾਂ ਵਿੱਚ ਤਾਂ ਹੈਂ।
ਸੋਹਣੀ ਅੱਜ ਵੀ ਤਰ੍ਹ ਰਹੀ ਵਿੱਚ ਪਾਣੀਆਂ 'ਚ,
ਖੁਸ਼ ਹਾਂ ਕੇ ਤੂੰ ਵਗਦੇ ਚਨਾਬਾਂ ਵਿੱਚ ਤਾਂ ਹੈ।

17

ਕੰਬਦੇ ਬੋਲ

ਕੰਬਦੇ ਨੇ ਬੋਲ ਹੁਣ ਹੋਰ ਲਿਖਿਆ ਜਾਂਦਾ ਨਹੀਂ।
ਬੀਤ ਗਏ ਸਮਿਆਂ ਨੇ 'ਅੰਟਾਲਾ' ਮੁੜ ਕੇ ਆਉਣਾ ਨਹੀਂ।
ਸੱਚ ਕਹਾਂ ਤਾਂ ਹੋਰ ਮੈਂ ਲਿਖਣਾਂ ਨਹੀਂ ਚਾਹੁੰਦਾ,
ਯਾਦਾਂ ਸਹਾਰੇ ਜ਼ਿੰਦਗੀ ਦਾ ਵੱਲ ਸਿੱਖਣਾ ਨਹੀਂ ਚਾਹੁੰਦਾ।
ਜੀਦੇ ਦਿਲ 'ਚ ਸਤਿਕਾਰ, ਉਹ ਆਪੇ ਆ ਕੇ ਮਿਲ ਲਊ।
ਮੰਗ ਕੇ ਜਾਂ ਨਜ਼ਰਾਂ ਹੀ ਨਜ਼ਰਾਂ 'ਚ ਵਟਾ ਦਿਲ ਲਊ।
ਖੈਰ ਅਜੇ ਜਿਆਦਾ ਵਕਤ ਨਹੀਓਂ ਲੰਘਿਆ।
ਰੱਬ ਨੇ ਸੱਭ ਦਿੱਤਾ ਜੋ-ਜੋ ਵੀ ਮੈਂ ਮੰਗਿਆ।
ਕਿਸੇ ਕੋਲ ਸ਼ੋਹਰਤ ਕਿਸੇ ਕੋਲ ਸੋਨਾ-ਜਵਾਰਾਤ ਏ।
ਇਸ ਨਿਮਾਣ ਕੋਲ ਇੱਕ ਕਲਮ ਤੇ ਭਰੀ ਦਵਾਤ ਏ।

ਇਨਸਾਨੀਅਤ ਦਾ ਹੋਕਾ

ਇਨਸਾਨੀਅਤ ਦਾ ਹੋਕਾ ਦਿੰਦੇ ਫਿਰਦੇ ਨੇ ਲੋਕ।
ਹਰ ਵਾਰੀ ਇਸੇ ਹੋਕੇ ਵਿੱਚ ਗਿਰਦੇ ਨੇ ਲੋਕ।
ਮਦਦ ਦਾ ਹੱਥ ਵਿਖਾ, ਪਿੱਛੇ ਖਿੱਚ ਲੈਣਾ,
ਇਹਨਾਂ ਹਲਾਤਾਂ 'ਚ ਫਸੇ ਫਿਰਦੇ ਨੇ ਲੋਕ।
ਜਮੀਰ ਇਹਨਾਂ ਦੀ ਨੂੰ ਜਰ ਲੱਗਿਆ
ਪੱਥਰਾਂ ਵਾਗੂੰ ਹੁਣ ਬੇ-ਹਿਰਦੇ ਨੇ ਲੋਕ।
ਸੋਚ-ਸਮਝ ਪੈਸੇ ਨੇ ਮੁਕਾ ਛੱਡੀ,
ਪਲਾਂ 'ਚ ਹੀ ਮੁਸੀਬਤ ਵਿੱਚ ਆ ਘਿਰਦੇ ਨੇ ਲੋਕ।
ਸੁੱਕਿਆ ਪਾਣੀ ਹਰੀਆਂ-ਭਰੀਆਂ ਜੜਾਂ ਦਾ,
ਮੁਰਝਾਏ ਫੁੱਲਾਂ ਵਾਗੂੰ ਟਾਹਣੀ ਤੋਂ ਗਿਰਦ ਨੇ ਲੋਕ।
ਚਿਹਰੇ ਤੇ ਹਾਸਾ ਤੇ ਦਿਲ ਵਿੱਚ ਗਮ,
ਦੁਨੀਆਂ ਦੇ ਡੂੰਘੇ ਸਮੁੰਦਰ ਚ ਤਿਰਦੇ ਨੇ ਲੋਕ।
ਕਦੇ ਜਾਲਮਾਂ ਵੱਲ ਤੇ ਕਦੇ ਪਾਲਕਾ ਵੱਲ,
ਸਮਝ ਨਹੀਂ ਲੱਗਦੀ 'ਪਰਮ' ਕਿਹੜੀ ਧਿਰ ਦੇ ਨੇ ਲੋਕ।

19

ਸ਼ਬਦਾਂ ਦੇ ਜਾਲ

ਦਿਲ ਵਿਚਲੇ ਵੇਗ ਨੂੰ ਕਾਗਜ਼ ਤੇ ਉਤਾਰ ਲਈਦਾ।
ਸ਼ਬਦਾਂ ਨੂੰ ਪਲਟ-ਪਲਟ ਕੇ ਹੋਰ ਨਿਖਾਰ ਲਈਦਾ।
ਉਂਝ ਤਾਂ ਕਲਪਨਾ ਹੀ ਹੁੰਦੀ ਸ਼ਬਦਾਂ ਦੇ ਜਾਲ ਅੰਦਰ,
ਫਿਰ ਵੀ ਉਸ ਚੋਂ ਬਹੁਤ ਕੁਝ ਨਿਹਾਰ ਲਈਦਾ।
ਵਾਅਦੇ ਜੋ ਰਹਿ ਜਾਣ ਜ਼ਿੰਦਗੀ ਦੇ ਅਧੂਰੇ,
ਕੱਲਿਆਂ ਬਹਿ ਕਲਮ ਨਾਲ ਕਰ ਸੋਚ-ਵਿਚਾਰ ਲਈਦਾ।
ਖੁਸ਼ੀ ਮਿਲਦੀ ਕੁਝ ਪਲਾਂ ਨੂੰ ਚੇਤੇ ਕਰਕੇ।
ਚੱਲਦੀ ਖੁਸ਼ੀ ਵਿੱਚ ਗਮਾਂ ਨੂੰ ਵੰਗਾਰ ਲਈਦਾ।
ਲੀਰੋ-ਲੀਰ ਹੋਏ ਵਕਤ ਦੇ ਪੁੱਠੇ ਗੇੜ ਨੂੰ
ਆਪਣਿਆਂ ਦੀ ਹੋਂਦ ਵਿੱਚ ਸੰਵਾਰ ਲਈਦਾ।

20

ਮੈਂ ਗੁਨਹੇਗਾਰ ਨਹੀਂ

ਸਿੱਖ ਰਿਹਾਂ ਹਾਂ ਲਿਖਣਾ ਬਣਿਆ ਕਲਾਕਾਰ ਨਹੀਂ,
ਰੁਲਦਾ ਰਵਾਂ ਵਿੱਚ ਗਲੀਆਂ ਦੇ ਇੰਨਾ ਬੇਕਾਰ ਨਹੀਂ।
ਦੱਸ ਗਈ ਉਹ ਵਲ ਇਸ਼ਕ ਦਾ ਜਾਂਦੀ ਜਾਂਦੀ,
ਕਹਿੰਦੀ ਰੂਹਾਂ ਵਾਲਾ ਹੁੰਦਾ ਕਦੇ ਪਿਆਰ ਨਹੀਂ,
ਐਵੇਂਰੋਕੀ ਬੈਠੇ ਰਹੇ ਵਕਤ ਦੀਆਂ ਸੂਈਆਂ ਨੂੰ,
ਉਹਦੇ ਨੈਣਾਂ 'ਚ ਤਾਂ ਦਿਸਿਆ ਕਿਤੇ ਇਜ਼ਹਾਰ ਨਹੀਂ।
ਜੇ ਵਾਪਿਸ ਆਈ ਤਾਂ ਖਾਲੀ ਹੱਥ ਮੁੜੇਗੀ,
ਹੁਣ ਮਿਲਣ ਨੂੰ ਸਾਡਾ ਦਿਲ ਤਿਆਰ ਨਹੀਂ।
ਦਫ਼ਾ 144 ਲੱਗੀ ਦਿਲ ਦੇ ਘੇਰੇ ਅੰਦਰ,
ਉਹ ਆਖਦੇ ਨੇ ਮੈਂ ਗੁਨਹੇਗਾਰ ਨਹੀਂ।

21

ਦੀਵੇ ਦੀ ਲੋਅ

ਭੁੱਲ ਗਏ ਸਾਂ, ਵਾਦਾ ਅਸੀਂ ਤੇਰੇ ਕੋਲ ਆਉਣ ਦਾ।
ਦੀਵੇ ਦੀ ਲੋਅ ਵਰਗੀ ਨੂੰ ਹਵਾਵਾਂ ਤੋਂ ਬਚਾਉਣ ਦਾ।
ਅੱਗ ਦੀਆਂ ਲਪਟਾਂ ਬਲਦੀਆਂ ਨੇ ਦਿਲ ਅੰਦਰ,
ਮੌਕਾ ਮਿਲ ਗਿਆ ਇੰਨਾ ਨੂੰ ਹੋਰ ਮਘਾਉਣ ਦਾ।
ਤਪਦੀ ਰਹਿੰਦੀ ਸੀ, ਜਿੰਦ ਯਾਦਾਂ ਦੀ ਭੱਠੀ ਚ,
ਹੁਣ ਆ ਗਿਆ ਵੇਲਾ ਇੰਨਾ ਨੂੰ ਲੁਕਾਉਣ ਦਾ।
ਠੰਡੀ ਹਵਾ ਵੀ ਲੱਗੇ ਲੂੰ ਜੇਠ-ਹਾੜ ਦੀ,
ਉਮੀਦ ਵੀ ਏ, ਕਦੇ ਤਾਂ ਆਉ ਮਹੀਨਾ ਸਾਉਣ ਦਾ।
ਅੱਜ ਕਿਸੇ ਦੱਸਿਆ ਗੀਤ ਮੇਰੇ ਉਨੇ ਸਾਂਭ ਰੱਖੇ,
ਬੜਾ ਧੰਨਵਾਦ ਨਿਮਾਣੇ ਦੀਆਂ ਲਿਖਤਾਂ ਨੂੰ ਚਾਹੁੰਣ ਦਾ।
ਕੁਦਰਤ ਦੀ ਦਾਤ ਕਹਿ ਲਉ ਜਾਂ ਕੁਦਰਤ ਕਹਿਰ ਕੋਈ,
ਉਂਝ 'ਪਰਮ' ਚ ਕਿੱਥੇ ਹੁਨਰ ਸੀ ਗੀਤ ਬਣਾਉਣ ਦਾ।

ਨੈਣਾਂ ਦੇ ਬੂਹੇ

ਸਮਝ ਨਹੀਂ ਆਉਂਦੀ ਕਿੱਥੋਂ ਸ਼ੁਰੂ ਕਰਾਂ।
ਫੇਰ ਕੁਝ ਰਹਿ ਗਿਆ ਤਾਂ ਤੇਰੇ ਗੁੱਸੇ ਤੋਂ ਡਰਾਂ।
ਭਲਕੇ ਦਾ ਵੇਲਾ, ਸੂਰਜ ਦੀ ਕਿਰਨ,
ਲੱਗੇ ਕੈਦ ਹੀ ਨੇ ਤੇਰੀ ਜੁਲਫਾਂ ਅੰਦਰ,
ਨੈਣਾਂ ਦੇ ਬੂਹੇ ਇੰਜ ਬੰਦ ਹੋਵਣ,
ਜਿਵੇਂ ਕੂੰਜੇ ਵਿੱਚ ਬੰਦ ਹੋਵੇ ਸਮੰਦਰ।
ਇੱਕ ਸੂਹੇ ਬੁੱਲ ਤੇ ਉਪਰੋਂ ਰੰਗਲਾ ਹਾਸਾ,
ਬੱਦਲਾਂ ਨੂੰ ਘੋਰਨ ਤੇ ਕਰੇ ਮਜਬੂਰ,
ਕੌਣ ਹੈ ਜੋ ਤੇਰੀ ਗੁਲਾਮੀ ਨਹੀਂ ਕਰਦਾ,
ਰੱਬ ਦੀ ਹਰ ਗੱਲ ਖਿੜੇ ਮੱਥੇ ਕਰੇ ਮਨਜ਼ੂਰ।
ਹੁਣ ਆਦਤ ਪਾਉਣੀ ਚਾਹੁੰਦਾ ਤੈਨੂੰ ਵੇਖਣ ਦੀ,
ਅੱਲ੍ਹਾ ਦੀ ਕਲਾਕਾਰੀ ਨੂੰ ਮੱਥਾ ਟੇਕਣ ਦੀ,
ਚੰਨ ਨੂੰ ਪਾ ਸਕਾਂ ਏਨਾ ਦਮ ਨਹੀਂ ਮੇਰੇ ਸਾਹਵਾਂ ਚ।
ਪਹੁੰਚ ਨਾਂ ਸਕਾਂ ਉਸ ਤੱਕ ਪਰ ਰਹਾਂ ਉਹਦੇ ਰਾਹਵਾਂ ਚ।
ਰਹਿੰਦੇ ਖ਼ਿਆਲ ਫੇਰ ਕਦੇ ਕਾਗਜ਼ ਤੇ ਉਤਾਰਾਗਾਂ।
ਲੱਗ ਰਿਹਾ ਕੁਝ ਨਹੀਂ ਫੇਰ ਵੀ ਕੱਲਾ ਬਹਿ ਵਿਚਾਰਾਗਾਂ।

ਅਣਮਿੱਥੀ ਮੰਜ਼ਿਲ

ਅਣਮਿੱਥੀ ਮੰਜ਼ਿਲ ਵੱਲ ਜਾ ਰਿਹਾ ਹਾਂ, ਮੈਂ ਕੱਲਾ।
ਅਣਜਾਣ ਸਮਝ ਸੱਜਣ ਵੀ ਛੁੜਾ ਗਏ ਪੱਲਾ।
ਉਹ ਮੰਜ਼ਿਲ ਹੀ ਹੁਣ ਜੀਵਨ ਮੇਰਾ,
ਸਮਝ ਗਿਆ ਇਹ ਗੱਲ ਮੇਰਾ ਦਿਲ ਝੱਲਾ।
ਪੌਣਾਂ ਨੂੰ ਦੱਸ ਦਿੰਦਾ ਹਾਂ, ਹਾਲ-ਏ ਦਿਲ ਦਾ,
ਕਦੇ-ਕਦੇ ਪੁੱਛ ਲੈਂਦਾਂ ਸੱਜਣਾ ਦਾ ਛੱਲਾ।
ਬਰਸਾਤਾਂ ਤੋਂ ਬਚਦਾ ਰਹਿੰਦਾ ਹਾਂ ਮੈਂ ਅਕਸਰ,
ਕਿਉਂ ਜੋ ਮੇਰਾ ਜਖ਼ਮ ਅਜੇ ਅੱਲਾ।
ਸੱਜਣ ਮੰਨਿਆ ਨਾ ਰੱਬ ਮੰਨਣ ਨੂੰ ਰਾਜੀ,
ਵਾਟ ਮੁਕਾਦਿਆਂ ਪੈਰਾਂ ਦਾ ਲਹਿ ਗਿਆ ਥੱਲਾ।
ਪੁੱਜ ਜਾਂਦਾ ਬਿਨ ਦੱਸਿਆ ਉਸ ਮੰਜ਼ਿਲ ਤੇ
'ਪਰਮ' ਸੀਨੇ ਵਿੱਚ ਲੈ ਕੇ ਇਕ ਦਰਦ ਅਵੱਲਾ।

ਮੈਂ ਵਿਰਾਨ ਹਾਂ

ਮੈਂ ਵਿਰਾਨ ਹਾਂ ਤੇ ਜ਼ਿੰਦਗੀ ਬਣੀ ਖੰਡਰ।
ਤੂੰ ਕੋਲ ਆਵੇਂ ਤਾਂ ਦੂਰ ਹੋਕੇ ਇਹ ਮੰਜਰ।
ਪੰਨਾ ਕਾਲਾ ਕਰ ਦੇਣਾ ਨਿੱਤ ਨਵਾਂ,
ਜ਼ਲਜ਼ਲਾ ਉੱਠਦਾ ਏ, ਜਦ ਦਿਲ ਅੰਦਰ।
ਕਦੇ ਖੁਸ਼ ਹੋ ਜਾਵਾਂ, ਕਦੇ ਹੋ ਜਾਵਾਂ ਉਦਾਸ,
ਅਜੀਬ ਤਰੰਗਾਂ ਨਾਲ ਭਰਿਆ ਪਿਆ ਦਿਲ ਸਮੁੰਦਰ।
ਦੋਨਾਂ ਨੂੰ ਪੂਜਦਾ ਰਿਹਾ ਵਾਂਗ ਸ਼ੁਦਾਈਆਂ,
ਕਿਉਂ ਬਰ ਖਿਲਾਫ ਹੋ ਗਏ ਹਰ ਮਸਜਿਦ ਤੇ ਮੰਦਰ।
ਗਵਾਹੀ ਏ ਜਾਂ ਫਿਰ ਮੇਰੀ ਤਬਾਹੀ ਏ,
ਕਿਤੇ ਦੂਰ ਨਾ ਲੈ ਜਾਵੇ ਉੱਠਦਾ ਭੰਵਡਰ।
ਕਲਮ ਦਾ ਭਾਵੇਂ ਮੈਂ ਧਨੀ ਨਹੀਂ,
ਫਿਰ ਵੀ ਰਹਿੰਦਾ ਹਾਂ, ਵਾਂਗ ਮਸਤ ਕਲਦੰਰ।
ਦਰਦ ਆਪਣੇ ਦਾ ਕਰ ਸਤਿਕਾਰ ਮਨਾ,
ਦੇਰ ਨਹੀਉਂ ਲੱਗਦੀ 'ਪਰਮ' ਬਣਨ ਲੱਗਿਆ ਬਸੰਤਰ।

ਦੱਸੀਂ ਜੇ

ਦੱਸੀਂ ਜੇ ਸੱਤ ਜਨਮਾਂ ਵਾਲਾ ਪਿਆਰ ਤੈਨੂੰ ਲੱਭਜੇ।
ਦੱਸੀਂ ਜੇ ਮੇਰੀ ਹੋਂਦ ਪਿੱਛੋਂ ਕਰਾਰ ਤੈਨੂੰ ਲੱਭਜੇ।
ਸਾਹਾਂ ਦਾ ਖੇਲ ਤੇ ਰੂਹਾਂ ਦਾ ਮੇਲ,
ਦੱਸੀਂ ਜੇ ਮਿਲਦਾ-ਜੁਲਦਾ ਵਿਚਾਰ ਤੈਨੂੰ ਲੱਭਜੇ
ਹੋ ਗਿਆ ਬਾਕਾ ਮੇਰੇ ਦਿਲ ਅੰਦਰ,
ਦੱਸੀਂ ਜੇ ਉਸ ਚੋ ਮੇਰੀ ਮਜਾਰ ਤੈਨੂੰ ਲੱਭਜੇ।
ਲਗਮਾਂ ਲਿਖ ਰਿਹਾ ਹਾਂ, ਆਪਣੀ ਮੌਤ ਦਾ,
ਦੱਸੀਂ ਜੇ ਲਿਖਤਾਂ ਵਿੱਚ ਇਜ਼ਹਾਰ ਤੈਨੂੰ ਲੱਭਜੇ।
ਹਵਾਵਾਂ ਦਾ ਰੁਖ ਵੀ ਹੁਣ ਬਦਲ ਗਿਆ,
ਦੱਸੀਂ ਜੇ ਤਰਦੀ ਕਸਤੀ ਚੋ ਕਿਨਾਰ ਤੈਨੂੰ ਲੱਭਜੇ।
ਨਕਾਰਿਆ ਨਾ ਕਰ ਮਲੂਕ ਜਹੀਆਂ ਜਿੰਦਾਂ ਨੂੰ,
ਦੱਸੀਂ ਜੇ ਨਸ਼ਰ ਹੋਇਆ 'ਪਰਮ' ਯਾਰ ਤੈਨੂੰ ਲੱਭਜੇ।

ਬਚਪਨ ਬਾਰੇ ਸੋਚਦਿਆਂ

ਬਚਪਨ ਵਿੱਚ ਖਾਦੀਆਂ ਰੁਪਏ ਦੀਆਂ ਚਾਰ ਟੌਫੀਆਂ,
ਅੱਜ ਓਹੀ ਟੌਫੀਆਂ ਖਾਣ ਨੂੰ ਬੜਾ ਦਿਲ ਕਰਦਾ।
ਚਲਦੀ ਮੋਟਰ ਵਿੱਚ ਨਹਾਉਂਦੇ ਹੋਣਾ ਨਾਲ ਯਾਰਾਂ ਦੇ,
ਉਹਨਾਂ ਚੱਢਿਆਂ ਵਿੱਚ ਨਹਾਉਂਣ ਨੂੰ ਬੜਾ ਦਿਲ ਕਰਦਾ।
ਸਕੂਲੋਂ ਆਉਂਦਿਆਂ ਹੀ ਦੌੜ ਜਾਇਆ ਕਰਦੇ ਸੀ ਖੇਡਣ,
ਵੜਦਿਆਂ ਸਾਰ ਘਰਦਿਆਂ ਤੋਂ ਝਿੜਕਾਂ ਖਾਣ ਨੂੰ ਬੜਾ ਦਿਲ ਕਰਦਾ।
ਕੱਠੇ ਹੋ ਕੇ ਜਾਇਆ ਕਰਦੇ ਸੀ ਸਕੂਲ ਸਾਈਕਲਾਂ ਤੇ,
ਛੁੱਟੀ ਵੇਲੇ ਸਾਇਕਲ ਭਜਾਉਣ ਨੂੰ ਬੜਾ ਦਿਲ ਕਰਦਾ।
ਕੋਈ ਚਿੰਤਾ ਨਹੀਂ ਸੀ ਹੁੰਦੀ, ਉਹਨਾਂ ਦਿਨਾਂ ਵਿੱਚ,
ਹੁਣ ਵੱਧਦੀ ਚਿੰਤਾ ਤੋਂ ਪਿੱਛਾ ਛੁਡਾਉਣ ਨੂੰ ਬੜਾ ਦਿਲ ਕਰਦਾ।
ਨਿੱਕੇ-ਨਿੱਕੇ ਪੈਰਾਂ ਵਿੱਚ ਪਾਏ ਬੂੱਟਾਂ ਨਾਲ ਕਦਮ ਪੁੱਟਦੇ,
ਰੰਗ-ਬਰੰਗੀਆਂ ਨਿੱਕਰਾਂ ਪਾਉਣ ਨੂੰ ਬੜਾ ਦਿਲ ਕਰਦਾ।
ਰੁੱਸ ਗਏ ਜੋ ਯਾਰ ਜਵਾਨੀ ਦੀ ਦਹਿਲੀਜ ਤੇ,
ਅੱਜ ਸਾਰਿਆਂ ਨਾਲ ਹੱਥ ਮਿਲਾਉਣ ਨੂੰ ਬੜਾ ਦਿਲ ਕਰਦਾ।
'ਪਰਮ' ਸੁੱਤੀ ਪਈ ਇਸ ਬੇਜਾਨ ਕਲਮ ਤੋਂ,
ਬਚਪਨ ਬਾਰੇ ਕੁੱਝ ਲਿਖਾਉਣ ਨੂੰ ਬੜਾ ਦਿਲ ਕਰਦਾ।
ਜਿੰਨਾ ਗਲੀਆਂ ਵਿੱਚ ਖੇਡੇ, ਲੜੇ ਤੇ ਵੱਡੇ ਹੋਏ,
ਉਸ 'ਬਾਕਰਪੁਰ' ਵਿੱਚ ਫੇਰ ਬਚਪਨ ਬਿਤਾਉਣ ਨੂੰ ਦਿਲ ਕਰਦਾ।

ਠੰਡੀ ਛਾਂ

ਸਾਰੀ ਉਮਰ ਜੇ ਸੱਜਦੇ ਰਹਿਣ ਕਰਦੇ,
ਪੁੱਤ ਉਤਾਰ ਨਹੀਂ ਸਕਦਾ ਕਰਜ਼ਾ ਮਾਵਾਂ ਦਾ।
ਪਹਿਲਾ ਰੱਖ ਕੇ ਆਪਣੀ ਕੁੱਖ ਵਿੱਚ ਤੇ,
ਪਾਲ-ਪੌਸ਼ਣ ਲਈ ਕੀਤੀਆਂ ਠੰਡੀਆ ਛਾਵਾਂ ਦਾ।
ਪੁੱਤ ਜਵਾਨ ਹੁੰਦਾ ਵੇਖ ਠੰਡ ਕਲੇਜੇ ਪੈਂਦੀ,
ਅਸਰ ਦਿਸਣ ਲੱਗ ਪੈਂਦਾ ਉਦੋਂ ਮੰਗੀਆ ਦੁਆਵਾਂ ਦਾ।
ਪ੍ਰਦੇਸ ਗਏ ਪੁੱਤ ਦੀ ਯਾਦ ਆ ਜਾਵੇ,
ਟੋਲਾ ਵੇਖਕੇ ਅੰਬਰੀ ਉੱਡਦੇ ਕਾਵਾਂ ਦਾ।
ਜਾਣ ਲੱਗੇ ਵਾਸਤੇ ਪਾਉਂਦੀ ਆਪਣੇ ਘਰ ਦੇ,
ਕਿਤੇ ਭੁੱਲ ਨਾ ਜਾਵੀਂ ਮੋੜ ਪਿੰਡ ਦੇ ਰਾਹਵਾਂ ਦਾ।
ਰੋਜ਼ ਪੁਕਾਰੇ ਮਾਰ-ਮਾਰ ਵਾਜਾਂ ਪ੍ਰਦੇਸੀ ਪੁੱਤ ਨੂੰ,
ਕਦ ਮੁੱਕ ਜਾਣੇ ਸਫਰ ਚੱਲਦੇ ਸਾਹਵਾਂ ਦਾ।
ਬੁੱਢਾਪੇ ਵਿੱਚ ਉਹੀ ਮਾਂ ਬੋਝ ਲੱਗਦੀ, ਜੀਹਨੇ,
ਤੁਰਨਾ ਸਿਖਾਇਆ ਹੁੰਦਾ ਸਹਾਰਾ ਦੇ ਕੇ ਬਾਹਵਾਂ ਦਾ।
ਪਤਾ ਨਹੀਂ 'ਅੰਟਾਲਾ' ਕਿਉਂ ਭੁੱਲ ਜਾਂਦੇ ਨੇ ਲੋਕੀ ਕੇ,
ਰੱਬ ਵੀ ਨਹੀਂ ਲੈ ਸਕਦਾ ਦਰਜਾ ਮਾਵਾਂ ਦਾ।

28

ਸੱਭ ਤੋਂ ਉੱਚਾ ਮਾਂ ਦਾ ਰੁੱਤਬਾ

ਅਜੇ ਤਾਂ ਮਾਂ ਨੇ ਮੈਨੂੰ ਬੜਾ ਕੁਝ ਕਹਿਣਾ ਸੀ,
ਜਿਨ੍ਹਾਂ ਦਿਨਾਂ ਵਿੱਚ ਮੈਂ ਉਹਦੇ ਨਾਲ ਰਹਿਣਾ ਸੀ,
ਉਹਨਾਂ ਦਿਨਾਂ 'ਚ ਹੀ ਮੈਂ ਦੂਰ ਹਾਂ।
ਸਤਿਕਾਰ ਵਿੱਚ ਸਵੇਰੇ ਉੱਠਦੇ ਸਿਰ ਝੁੱਕਾ ਲਈਦਾ,
ਉਸਦੀ ਮੂਰਤ ਸੀਨੇ 'ਚ ਉਤਾਰ,
ਸਾਰੇ ਦੁੱਖਾਂ ਨੂੰ ਮੁਕਾ ਲਈਦਾ।
ਝੂਠੀ ਇਹ ਦੁਨੀਆਂ,
ਸਚਾਈ ਸਿਰਫ ਮਾਂ ਏ।
ਮੁੜ-ਮੁੜ ਸਜਦਾ ਕਰਨ ਨੂੰ ਦਿਲ ਕਰਦਾ,
ਰੱਬ ਦਾ ਜੋ ਦੂਜਾ ਨਾਂ ਏ।
ਰੰਗ-ਬਰੰਗੀ ਦੁਨੀਆਂ ਲੋਕੀ ਕਹਿੰਦੇ,
ਪਰ ਮਾਂ ਬਿਨ ਜੱਗ ਹਨੇਰ।
ਭਲਕੇ ਹੀ ਮਾਂ ਦਾ ਸੁਪਨਾ ਆਇਆ।
ਸੁਪਨਾ ਕਾਹਦਾ ਸੀ, ਮੇਰਾ ਦਿਲ ਭਰ ਆਇਆ।
ਮੁੜ ਜਾਣਾਂ ਚਾਹੁੰਦਾ ਹਾਂ ਮੈਂ,
ਜ਼ਿੰਦਗੀ ਦੀ ਇਸ ਲੰਬੀ ਦੌੜ 'ਚੋਂ
ਕਾਫਲੇ ਵੀ ਕਦੋਂ ਤੱਕ ਸਾਥ ਦੇਣਗੇ,
ਮਾਏ, ਉਹਨਾਂ ਨੇ ਵੀ ਇੱਕ ਦਿਨ ਰੁਕ ਜਾਣਾ ਏ,।
ਮਾਏ ਤੂੰ ਮੇਰੇ ਕੋਲ ਹੀ ਆ ਜਾ,
ਤਾਂ ਕੇ ਮੈਨੂੰ ਕਿਸੇ ਦੀ ਭਾਲ ਨਾ ਰਹੇ।
ਜਾਂ ਫਿਰ ਇਹੋ ਜਿਹਾ ਜਵਾਬ ਦੇ ਮੈਨੂੰ,
ਕੇ 'ਪਰਮ' ਕੋਲ ਕੋਈ ਸਵਾਲ ਨਾ ਰਹੇ।

29

ਗੱਲਾਂ ਸੱਚੀਆਂ

ਗਰੀਬੀ ਜਦੋਂ ਆਪਣੇ ਹੀ ਗਿੱਟੇ ਲੱਗ ਜੇ ਖਾਣ,
ਤਾਂ ਜਿੰਦਗੀ ਨੂੰ ਲੱਗ ਜਾਦਾਂ ਉਮਰਾਂ ਦਾ ਖੋਰ,
ਚਾਨਣ ਵਿੱਚ ਸਦਾ ਫਰਿਸਤੇ ਰਹਿਣ ਵਿਚਰਦੇ,
ਸਦਾ ਰਾਤਾਂ ਹੀ ਭਾਲਦੇ ਹੁੰਦੇ ਨੇ ਚੋਰ।
ਔਲਾਦ ਦਾ ਉਲਾਮਾਂ ਘਰਦਿਆਂ ਨੂੰ ਨਿੱਤ ਰੱਖੇ ਪ੍ਰੇਸ਼ਾਨ
ਜਿਸ ਆਦਤ ਦੀ ਪਹਿਲਾਂ ਤੋਂ ਨਾ ਕੀਤੀ ਹੋਵੇ ਗੌਰ,
ਇਕ ਉੱਚੀ ਇਮਾਰਤ 'ਚ ਮਿਹਨਤ ਲੱਗੀ ਮਜਦੂਰਾਂ ਦੀ,
ਉਤੇ ਆਪਣਾ ਨਾਂ ਲਿਖਾ ਜਾਂਦਾ ਕੋਈ ਹੋਰ।
ਹੰਝੂਆਂ ਨੂੰ ਹਮਦਰਦੀ ਕਿਸੇ ਨਹੀਂ ਦੇਣੀ
ਤਾਂਹੀਓਂ ਮੀਹਂ ਵਿੱਚ ਨੱਚਦਾ ਏ ਮੋਰ।
ਦੁਨੀਆਈ ਨਸ਼ਿਆਂ ਦੀ ਸਾਨੂੰ ਭੋਰਾਂ ਲੋੜ ਨਹੀਂ,
'ਪਰਮ' ਉਸ ਸੱਚੇ ਰੱਬ ਦੇ ਨਾਂ ਦੀ ਜੇ ਚੜੀ ਰਹੇ ਲੋਰ।

ਨਵੀਂ ਗੁਲਾਮੀ

ਅੰਗਰੇਜਾਂ ਪਿੱਛੋਂ ਹੁਕਮਰਾਨਾਂ ਦੇ ਹੋਏ ਅਸੀਂ ਗੁਲਾਮ।
ਲੁੱਟ ਕੇ ਸਾਡੀਆਂ ਕਮਾਈਆਂ ਤੇ ਸਾਥੋਂ ਹੀ ਕਰਾਉਂਦੇ ਸਲਾਮ।
ਪੈਸੇ ਤੇ ਪੱਕੇ ਦਾ ਐਨਾ ਜੋਰ ਚਲੱਦਾ,
ਵੋਟਾਂ ਵੇਲੇ ਹਰ ਵਾਰੀ ਗਰੀਬ ਹੋ ਜਾਂਦੇ ਨਿਲਾਮ।
ਜਨਤਾਂ ਤੇ ਚਿੱਟੀ ਚਾਦਰ ਪਾ ਵਿਰੋਧੀਆਂ ਦੀ,
ਕੱਠੇ ਬੈਠ ਸ਼ਾਮਾਂ ਨੂੰ ਆਪਣੇ ਅੱਡਿਆਂ ਤੇ ਪੀਂਦੇ ਨੇ ਜਾਮ।
ਰਿਸ਼ਵਤ ਖੋਰੀ ਵਿੱਚ ਦੇਖ ਮੋਟੀ ਕਮਾਈ,
ਇਮਾਨਦਾਰ ਅਫਸਰ ਵੀ ਬਣ ਜਾਂਦੇ ਹਰਾਮ।
ਨੇਤਾਵਾਂ ਦੇ ਘੁਟਾਲਿਆਂ ਦੀਆਂ ਤਰੀਕਾਂ ਅੱਗੇ ਪੈਂਦੀਆਂ ਰਹਿਣ,
ਲੋੜਵੰਦ ਚੋਰੀ ਕਰੇ ਤਾਂ ਉਹਦਾ ਮੌਕੇ ਤੇ ਹੀ ਕੰਮ ਤਮਾਮ।
ਵੱਧਦੀ ਮਹਿੰਗਾਈ ਤੇ ਜਨਤਾਂ ਹੜਤਾਲਾਂ ਕਰੇ ਸੜਕਾਂ ਤੇ,
ਤਾਂ ਇਹ ਕਰ ਰਹੇ ਹੁੰਦੇ ਨੇ, ਏ ਸੀ ਘਰਾਂ 'ਚ ਅਰਾਮ।
'ਪਰਮ' ਕੀ ਮਾਣ ਚੱਲਦੀਆਂ ਸਰਕਾਰਾਂ ਦਾ, ਜਿਨੂੰ
ਭੁੱਖੇ ਪੇਟ ਹੀ ਲੰਘਾਉਣੀ ਪੈਂਦੀ ਹੋਵੇ ਹਰ ਸ਼ਾਮ।

31

ਜ਼ਿੰਦਗੀ ਦੇ ਪੜਾਅ

ਅਜੇ ਪਰਸੋਂ ਦੀ ਹੀ ਗੱਲ ਏ ਜਦ ਮੈਂ ਤੁਰਨਾ ਸਿੱਖਿਆ ਸੀ।
ਹੱਥ ਫੜ ਮਾਪਿਆ ਦਾ ਸਮਾਜ ਨਾਲ ਜੁੜਨਾ ਸਿੱਖਿਆ ਸੀ।
ਰੁੱਗ ਭਰ ਸੁਪਨੇ ਸਾਡੀ ਜਾਨ ਹੁੰਦੇ ਸੀ।
ਖਿਡੌਣਿਆਂ ਦੇ ਖਿਲਾਰੇ ਸਾਡੇ ਜਹਾਨ ਹੁੰਦੇ ਸੀ।
ਵਕਤ ਬੁਹਤ ਸੀ, ਪਰ ਕਿਸੇ ਚੀਜ਼ ਦੀ ਨਹੀਂਉਂ ਸੋਝ ਸੀ,
ਆਪਣੇ-ਆਪ 'ਚ ਮਸਤ ਤੇ ਹਰ ਪਾਸੇ ਮੌਜ ਸੀ।
ਕੱਲ ਬਾਰੇ ਸੋਚਿਆਂ ਤਾਂ ਪੈਰ ਜਵਾਨੀ ਵਿੱਚ ਪੈ ਗਿਆ।
ਇਨਾਂ ਗੁਜਰੇ ਸਾਲਾਂ 'ਚ ਬਚਪਨ ਕੀਤੇ ਦੂਰ ਰਹਿ ਗਿਆ।
ਸਕੂਲ ਛੱਡ, ਕਾਲਜ ਦੀ ਪੜਾਈ ਪੂਰੀ ਕਰ ਗਏ ਆਂ,
ਵਰਤਮਾਨ ਤੋਂ ਬਚਦੇ ਭੱਵਿਖ ਕੋਲੋਂ ਡਰ ਗਏ ਆਂ
ਹੁਣ ਵਕਤ ਵੀ ਸੀ ਤੇ ਜੋਸ਼ ਵੀ, ਪਰ ਧਨ ਦੀ ਕਮੀ ਏ।
ਹਰ ਚੀਜ ਦੀ ਸੋਝ ਏ ਪਰ ਮੌਜ ਨਾ ਹੋਣ ਦੀ ਨਮੀ ਏ।
ਅੱਜ ਦੇ ਜ਼ਿਕਰ ਵਿੱਚ ਜੁੜੀ ਕੋਈ ਕਹਾਣੀ ਨਹੀਂ।
ਹੁਣ ਮੇਰੇ ਨਾਲ ਪਹਿਲਾਂ ਵਾਲਾ ਕੋਈ ਹਾਣੀ ਨਹੀਂ।
ਆਪਣੇ ਬੱਚਿਆਂ ਵਿਚੋਂ ਆਪਣਾ-ਆਪ ਦੇਖਦਾ ਹਾਂ
ਪਹਿਲਾਂ ਬਚਪਨ, ਫੇਰ ਜਵਾਨੀ ਨੂੰ ਕੰਧਾਂ ਤੇ ਉਲੇਕਦਾ ਹਾਂ।
ਇਹੀ ਸੋਚਦਿਆਂ ਜ਼ਿੰਦਗੀ ਤਾ ਤੀਜਾ ਪੜਾਅਪੂਰਾ ਹੋ ਚੱਲਿਆ।
ਅੱਜ 69 ਪੂਰੇ ਕਰ 70ਰਾਂ 'ਚ ਖਲੋ ਚੱਲਿਆਂ।
ਪਰਸੋਂ ਕੱਲ ਤੇ ਅੱਜ ਤਾਂ 'ਪਰਮ' ਦੇ ਨਾਲ ਨੇ
ਕਿੰਨੀ ਸੌਖੀ ਜ਼ਿੰਦਗੀ ਲੰਘੀ ਫੇਰ ਵੀ ਬੁੱਲਾਂ ਤੇ ਸਵਾਲ ਨੇ।

ਆਉਣ ਵਾਲੇ ਦਿਨਾਂ ਦੀ ਮੈਨੂੰ ਕੋਈ ਪਰਵਾਹ ਨਹੀਂ।
ਹੁਣ ਪਿਛੇ ਜਾਣ ਦਾ ਇਸਦਾ ਕੋਈ ਰਾਹ ਨਹੀਂ।
ਸੋਚਾਂ ਦੇ ਸਮੁੰਦਰ 'ਚ ਜਦ ਕਦੇ ਵੀ ਖਲੋਵਾਂਗਾ
ਪਤਾ ਨਹੀਂ ਉੱਦੋ ਇਸ ਜੱਗ ਤੇ ਹੋਵਾਂਗਾ ਜਾਂ ਨਹੀਂ ਹੋਵਾਂਗਾ।

32

ਰੱਬ ਦੀ ਨਿਗਾਹ

ਪਰਖੇਗਾ ਤੈਨੂੰ ਉਹ ਵਾਰ-ਵਾਰ,
ਸੱਚ ਦੇ ਰਾਹਾਂ ਤੋਂ ਭਟਕ ਤਾਂ ਨੀ ਗਿਆ।
ਬੋਲ ਬਚਨਾਂ ਦਾ ਪੱਕਾ ਰਿਹਾ ਅਕਸਰ,
ਕਿਤੇ ਵਾਦਿਆਂ ਦੇ ਢੇਰ 'ਚ ਅਟਕ ਤਾਂ ਨੀ ਗਿਆ।
ਦਿਲ ਪੱਖੋਂ ਕਮਜ਼ੋਰ ਨਹੀਂ, ਇਹ ਪਤਾ ਉਸਨੂੰ,
ਫਿਰ ਵੀ ਫਰਜਾਂ ਦੀ ਸੂਲੀ ਲਟਕ ਤਾਂ ਨਹੀਂ ਗਿਆ।
ਖਲਕਤ ਨੂੰ ਹਿਲਾਉਣ ਵਾਲਾ ਅੱਜ,
ਛੋਟੇ ਜਿਹੇ ਖੜਕੇ ਤੋਂ ਖੜਕ ਤਾਂ ਨੀ ਗਿਆ।
ਪੰਗਡੰਡੀਆਂ ਤੋਂ ਵੱਡੇ ਰਾਹ ਲੱਭਦੇ ਮਨਜੂਰ ਜਿਨੂੰ,
ਕਿਤੇ ਟੁੱਟੀ ਭੁੱਜੀ ਹੋ ਸੜਕ ਤਾਂ ਨੀ ਗਿਆ।
ਹੰਕਾਰ ਦੀ ਜੜ੍ਹ ਪੁੱਟਣ ਦਾ ਦਾਵਾ ਕਰਕੇ,
ਗਰੀਬ ਤਬਕੇ ਨੂੰ ਵੇਖ ਭੜਕ ਤਾਂ ਨੀ ਗਿਆ।
ਕੁਦਰਤ ਦੇ ਬੰਦਿਓ, ਕਰੋ ਕੁਦਰਤ ਨਾਲ ਪਿਆਰ,
'ਪਰਮ' ਕਿਤੇ ਬੰਦਾ ਰੱਬ ਦੀ ਨਿਗਾਹ 'ਚ ਰੜਕ ਤਾਂ ਨੀ ਗਿਆ।

33

ਪੁਰਾਣਾ ਸੀਨ

ਸਾਲਾਂ ਪਿੱਛੋਂ ਦੇਖਿਆ ਕਾਲਜ ਦਾ ਪੁਰਾਣਾ ਸੀਨ ਉਹੀ।
ਮੁੰਡੇ-ਕੁੜੀਆਂ ਦੇ ਟੋਲੇ ਤੇ ਹਰੀ-ਭਰੀ ਕੰਟੀਨ ਉਹੀ।
ਗੇਟ ਦਾ ਹਰਾ ਰੰਗ ਤੇ ਕੰਧਾਂ ਦਾ ਹਲਕਾ ਗੁਲਾਬੀ,
ਤੇ ਕੋਨੇ ਵਿੱਚ ਲੱਗੀ ਪੈਸੇ ਕੱਟਣ ਵਾਲੀ ਮਸ਼ੀਨ ਉਹੀ।
ਪਾਰਕਿੰਗ ਲਾਗੇ ਰੇਲਿੰਗ ਨਾਲ ਖੜਕੇ
ਦੇਖਣਾ ਲੰਘਦਾ-ਵੜਦਾ ਚਿਹਰਾ ਹਸੀਨ ਉਹੀ।
ਨੀ ਆ ਕੌਣ ਤੇ ਉਹ ਕੌਣ, ਚੱਲਦੀ ਸੀ ਜਿੱਥੇ,
ਕਾਮਨ ਰੂਮ ਵਾਲਾ ਮਾਹੌਲ ਨਮਕੀਨ ਉਹੀ।
ਲੈਕਚਰ ਹਾਲ ਚੋਂ ਭੱਜਕ ਪ੍ਰੈਕਟੀਸ ਲਈ ਜਾਣਾ,
ਲੁੱਡੀਆਂ ਪਾਉਂਦੀ ਤੇ ਗੁਣ-ਗੁਣਾਉਂਦੀ ਜ਼ਮੀਨ ਉਹੀ।
ਕਿਤੇ ਪੱਗਾਂ, ਕਿਤੇ ਜੈਲਾਂ ਤੇ ਕਿਤੇ ਸਰੋਂ ਦੇ ਤੇਲ ਦੇ ਨਜ਼ਾਰੇ,
ਮਲੋ-ਮੱਲੀ ਸਾਡੇ ਚਾਦਰੇ ਨਾਲ ਖਹਿੰਦੀ ਜੀਨ ਉਹੀ।
ਲਾਈਬ੍ਰੇਰੀ ਵਿੱਚ ਸਲੇਬਸ ਡਿਸਕਸ ਕਰਕੇ,
ਤੇ ਪੇਪਰਾਂ ਪਿੱਛੋਂ ਲੰਘਾਏ ਦਿਨ ਗਮਗੀਨ ਉਹੀ।
ਸਦਾ ਲੰਘਦੇ ਵੜ੍ਹਦੇ ਹੀ ਦਿੱਸਦਾ ਸੀ, ਜਿਹੜਾ,
ਸਾਰਾ ਹੌਲਾ ਤੇ ਸੋਹਣਾ ਜਿਹਾ ਕਾਲਜ ਦਾ ਦਿਨ ਉਹੀ।
ਯਾਦਾਂ ਤਾਜੀਆਂ ਕਰ ਗਿਆ 'ਪਰਮ' ਵਕਤ ਬੜਾ ਜਾਲਮ,
ਅੱਜ ਵੀ ਓੜਓ ਬੈਠਾ ਦਿੱਸੇ ਸ਼ੌਕੀਨ ਉਹੀ।

34

ਦੁਨੀਆਵੀ ਕਾਤਲ

ਦਿਲਾ ਚੱਲ ਉਸ ਥਾਵੇਂ ਜੋ ਜਾਤ-ਪਾਤ ਤੋਂ ਹੋਣ ਪਰੇ।
ਰੱਬ ਹੋਵੇ ਦਿਲੀ ਵੱਸਦਾ, ਹਰ ਸ਼ੈਅ ਬੰਦੇ ਦਾ ਸਤਿਕਾਰ ਕਰੇ।
ਦੁਨੀਆਦਾਰੀ ਦਾ ਖਾਤਮਾ ਹੋਣਾ ਲੱਗੇ ਯਕੀਨੀ,
ਮਾੜੇ ਕੰਮਾਂ ਦਾ ਫਲ ਬੰਦਾ ਜਿਉਂਦਿਆਂ ਹੀ ਭਰੇ।
ਪਾਪਾਂ ਤੇ ਤੇਰਾ ਖਿੜਿਆ ਬੂਟਾ ਸੁਕਾ ਦੇਣਾ,
ਚੰਗਿਆਂ ਸੰਗ ਉੱਜੜੇ ਬਾਗ ਕਰਨਾ ਹਰੇ।
ਦੌਲਤਾਂ ਦਾ ਨਸ਼ਾ ਹੁਣ ਸਭ ਤੋਂ ਉੱਤੇ,
ਕਲਯੁੱਗ ਵਿੱਚ ਰੱਬ ਬਿਨਾਂ ਵੀ ਸਭ ਦਾ ਸਰੇ।
ਮਹਿਲਾਂ-ਚੁਬਾਰਿਆਂ 'ਚ ਲੰਮੀਆਂ ਤਾਣ ਕੇ ਸੁੱਤੇ,
ਬਾਪੂ ਵਿਚਾਰਾ ਪੋਹ ਦੀ ਠੰਡ'ਚ ਠਰੇ।
ਦੋ ਵਕਤੀ ਰੋਟੀ ਦਿਨੋ-ਦਿਨ ਪਏ ਮਹਿੰਗੀ,
ਗਰੀਬ ਨਿੱਤ ਦਾਬ ਮਹਿੰਗਾਈ ਦੀ ਜ਼ਰੇ।
ਛੋਟੀ ਜਹੀ ਕੁੱਲੀ ਭਰੀ ਪਈ ਨਾਲ ਦੁੱਖਾਂ ਦੇ,
ਬੰਦਾ ਦੋ ਪਲ ਦੀਆਂ ਖੁਸ਼ੀਆਂ ਨੂੰ ਕਿੱਥੇ ਧਰੇ।
ਇਕ ਦਿਨ ਤੁਰ ਜਾਣਾ ਛੱਡ ਜਹਾਨ ਨੂੰ,
ਦੁਨੀਆਵੀ ਕਾਤਲਾਂ ਤੋ 'ਪਰਮ' ਬਹੁਤਾ ਨਾ ਡਰੇ।

35

ਮਜਹਬਾਂ ਦਾ ਸ਼ੋਰ

ਮਜਹਬਾਂ ਦਾ ਸ਼ੋਰ ਪਸਰਿਆ,
ਇਲਮਾਂ ਦਾ ਪੈ ਗਿਆ ਖਲਾਰਾ।
ਅਕਲਾਂ ਨੂੰ ਲੱਗੀਆਂ ਜੰਗਾਂ,
ਖੋਲੀਆਂ ਨਾ ਕਿਸੇ ਦੁਬਾਰਾ।
ਚਾਪਲੂਸੀ ਬਣਿਆ ਵਿਰਸਾ,
ਭ੍ਰਿਸ਼ਟਾਚਾਰ ਗਹਿਣਾ
ਪੂੰਜੀਵਾਦੀ ਸੋਚ ਪਾਲ ਦੇ,
ਮਜਦੂਰ ਵਰਗ ਕਰਤਾ ਨਕਾਰਾ।
ਰੌਣਕਾਂ ਉੱਡ-ਪੁੱਡ ਗਈਆਂ ਚਿਹਰਿਆਂ ਤੋਂ,
ਅੰਦਰੂਨੀ ਚੁੱਪ ਦਾ ਹੋ ਗਿਆ ਪਸਾਰਾ।
ਮੁੱਢਲੀਆਂ ਲੋੜਾਂ ਹੀ ਹੋਣ ਮਰ-ਮਰ ਕੇ ਪੂਰੀਆ,
ਬੰਦਾ ਆਪਣੀ ਜ਼ਿੰਦਗੀ ਦਾ ਕਿਵੇਂ ਕਰੂੰ ਸੰਵਾਰਾ।
ਲੁੱਟ-ਘਸੁੱਟ, ਨਸ਼ਾਖੋਰੀ, ਇੱਜਤਾਂ-ਬੇਇੱਜਤਾਂ ਵੇਖ,
ਚੰਗੇ ਦਿਨਾਂ ਦਾ ਅੱਖਾਂ ਸਾਮਣੇ ਆ ਜਾਵੇ ਨਾਅਰਾ।
ਗਰਜਾ-ਬੇਗਰਜਾ ਹੋਇਆ, ਪੁੱਤ-ਕਪੁੱਤ
ਕਿੱਥੇ-ਕਿੱਥੇ ਭਜੇਗਾਂ ਦੱਸ ਤੂੰ ਯਾਰਾ।
ਬਸ ਚੁੱਪ ਨਾ ਵੱਟੀਂ ਤੂੰ ਵਾਂਗ ਬੁੱਤਾਂ ਦੇ,
'ਪਰਮ' ਉੱਠ ਕੇ ਦੇਣਾ ਬਣਦਾ ਕੋਈ ਜਵਾਬ ਕਰਾਰਾ।

36

ਮੈਂ ਕੀ ਕਰਾਂ ਜੇ ਸੋਚਦਾ ਹਾਂ

ਮੈਂ ਕੀ ਕਰਾਂ ਜੇ ਸੋਚਦਾ ਹਾਂ ਉਹਨਾਂ ਬਾਰੇ,
ਜੋ ਮਰ ਰਹੇ ਨੇ ਮੇਰੀਆਂ ਅੱਖਾਂ ਮੂਹਰੇ।
ਕਈਆਂ ਨੂੰ ਮਿਲ ਗਿਆ ਵਕਤ ਪੂਰੀ ਉਮਰ ਦਾ,
ਦਿਨਾਂ ਵਾਲਿਆਂ ਦੇ ਰਹਿ ਗਏ ਚਾਅ ਅਧੂਰੇ।
ਅੱਧ-ਖੁੱਲੇ ਬੁੱਲਾਂ ਨੂੰ ਹੁੰਗਾਰਾ ਨਹੀਂ ਮਿਲਦਾ,
ਨੈਣ ਦਾਸਤਾਂ ਦੱਸਣ ਨੂੰ ਉਤਾਵਲੇ ਨੇ।
ਸੱਚ ਅਣ-ਸੁਣੇ ਹੋ ਰਹੇ ਨੇ ਅੱਜਕਲ,
ਬਸ ਝੂਠ ਦੇ ਬੋਲ-ਬਾਲੇ ਨੇ ਅੱਜਕਲ,
ਵਿਆਜਾਂ ਸਹਾਰੇ ਚੱਲ ਰਹੀ ਏ ਜਿੰਦਗੀ,
ਕਿਸ਼ਤਾਂ ਰੋਜ਼ ਖ਼ੂਨ ਦੀਆਂ ਭਰਦੇ ਆਂ।
ਦੋਸ਼ੀ ਬਹੁਤ ਨੇ ਜੱਗ ਅੰਦਰ,
ਸਜ਼ਾ ਦੇਣ ਵਾਲੇ ਆਲਸੀ ਹੋ ਗਏ
ਆਵਾਜ਼ ਉਠਾਈ ਜਿੰਨਾ-ਜਿੰਨਾ ਨੇ ਵੀ,
ਅੱਜ ਦੇਖੋ ਉਹ ਬੁੱਤ ਬਣ ਖਲੋ ਗਏ।
ਸਬਰ ਉਤੇ ਜਬਰ ਹੋ ਰਿਹਾ,
ਦਿਲ ਕਰੇ ਸਭ ਪਲਟਾ ਦੇਵਾਂ।
'ਪਰਮ' ਬਣਾਈ ਹੋਈ ਇਸ ਸਾਥ ਨੂੰ
ਬਸ ਮਿੰਟਾ 'ਚ ਸੂਲੀ ਲਟਕਾ ਦੇਵਾਂ।

37

ਸਹਿਜੇ-ਸਹਿਜੇ

ਸਹਿਜੇ-ਸਹਿਜੇ ਦੁਨੀਆਂ ਕਿਸ ਪਾਸੇ ਜਾ ਰਹੀ ਏ।
ਲੱਗੇ ਤਬਾਹੀ ਦੀ ਤਰੀਕ ਨੇੜੇ ਆ ਰਹੀ ਏ।
ਕੋਈ ਰਿਹਾ ਨਾ ਵਿਸ਼ਵਾਸ ਲਾਇਕ ਇੱਥੇ,
ਝੂੱਠਾ ਅਹਿਸਾਨ ਜਤਾ ਉਸੇ ਨੂੰ ਖਾ ਰਹੀ ਏ।
ਦੌਲਤਾਂ ਸ਼ੋਹਰਤਾਂ ਨੂੰ ਰੱਖ ਦੇ ਮੂਹਰੇ,
ਦਿਲਾਂ ਵਿਚਲੀ ਅੱਗ ਨੂੰ ਹੋਰ ਮਘਾ ਰਹੀ ਏ।
ਗਰੀਬ ਤਬਕੇ ਦੀ ਸਾਰ ਕਿਸੇ ਨਾ ਲੈਣੀ,
ਪੁੱਛੇ ਜਾਣ ਤੇ ਆਪਣਾ-ਆਪ ਬਚਾ ਰਹੀ ਏ।
ਸੰਗ-ਸ਼ਰਮ ਦਿਸੇ ਕੋਹਾਂ ਦੂਰ ਖੜੀ,
ਪਤਾ ਨਹੀਂ ਕਿਹੋ ਜਹੇ ਨਾਚ ਨਚਾ ਰਹੀ ਏ।
ਜਿਨੂੰ ਵੀ ਪੁੱਛੋ 'ਪਰਮ' ਆਖੇ ਮੌਜ ਹਾਂ ਕਰਦੇ,
ਰੱਬ ਜਾਣੇ ਕਿਹੜੀ ਜਿੱਤ ਦਾ ਜਸ਼ਨ ਮਨਾ ਰਹੀ ਏ।

ਝੜਦਾ ਪੱਤਾ

ਝੜ ਰਿਹਾ ਸੀ ਉਹ,
ਮਰ ਰਿਹਾ ਸੀ ਉਹ,
ਤਾਪ ਵਿਛੋੜੇ ਦਾ ਜਰ ਰਿਹਾ ਸੀ ਉਹ।
ਪੀੜ ਪਰਾਈ ਨਹੀਂ ਸੀ,
ਉਸਦੀ ਆਪਣੀ ਸੀ ਜੋ
ਚਾਵਾਂ ਨਾਲ ਪਾਲੀ ਸੀ।
ਆਪਣੇ ਜਨਮ ਤੋਂ ਬਾਦ
ਕਿੱਦਾਂ ਉਹ ਜੋਬਨ ਤੇ ਆ
ਅਠਖੇਲੀਆਂ ਕਰਦਾ।
ਵੱਖ-ਵੱਖ ਅਵਾਜ਼ਾਂ ਕੱਢਦਾ।
ਰੁੱਖ ਨੂੰ ਪਿਤਾ ਤੇ ਟਾਹਣੀ ਨੂੰ ਮਾਂ ਆਖਦਾ।
ਹਾੜ ਦੀਆ ਧੁੱਪਾਂ
ਹਸੀਨ ਬਰਸਾਤਾਂ ਯਾਦ ਕਰਦਾ।
ਠੰਢ ਆਉਣ ਤੋਂ ਪਹਿਲਾਂ ਹੀ,
ਜਹਾਨੋਂ ਤੁਰ ਜਾਂਦਾ ਹੈ।
ਉਹ ਕੜਾਕੇ ਦੀ ਠੰਡ ਨਹੀਂ ਮਾਣਦਾ,
ਸ਼ਾਇਦ ਉਹ ਸਹਿ ਨਾ ਪਾਏ
ਜਾਂ ਉਹਨੇ ਠੰਡ 'ਚ ਰਹਿਣਾ ਸਿੱਖਿਆ ਹੀ ਨਾ ਹੋਵੇ।
ਹਾਂ ਪਰ ਚਾਅ ਤਾਂ ਜਰੂਰ ਵਲੇਟੇ ਹੋਣਗੇ
ਨਿੱਕੇ ਤੇ ਸੁੱਕੇ ਹੋਏ ਪੱਤੇ ਨੇ।

ਨਾਲ ਦੇ ਸਾਥੀ ਕਦੋਂ ਦੇ ਰੁੱਖਸਤ ਹੋ ਗਏ ਸੀ।
ਟੁੱਟਣ ਵੇਲੇ ਉਹਦਾ ਵੱਖਰਾ ਰੰਗ ਸੀ
ਆਪਣੇ-ਆਪ ਤੇ ਬੜਾ ਦੰਗ ਸੀ
ਉਹ ਹੋਇਆ ਨੀ,
ਉਹ ਮੋਇਆ ਨੀ
ਸਦਾ ਦੀ ਨੀਂਦ ਸੋਇਆ ਨੀ,
ਡਿੱਗ ਗਿਆ ਪਰਤ ਤੇ ਅੱਖਾਂ ਵਿੱਚ ਸੱਜਰੀ ਦੀਦ ਲੈ ਕੇ,
'ਪਰਮ' ਮੁੜ ਆਵੇਗਾ ਉਹ ਦਿਲ 'ਚ ਨਵੀਂ ਉਮੀਦ ਲੈ ਕੇ।

39

ਯਾਰੀ

ਬਹੁਤਾ ਟਾਇਮ ਨਹੀਂ ਹੋਇਆ ਅਜੇ ਤਾਂ ਨਵੀਂ ਏ।
ਇੰਨੀ ਵੀ ਪੱਕੀ ਨਹੀਂ, ਪਰ ਥੋੜੀ-ਥੋੜੀ ਤਾਂ ਜਮੀ ਏ।
ਮੰਗਦੀ ਏ, ਸਾਥ ਮੰਗਦੀ ਏ, ਚਾਵਾਂ ਨਾਲ ਜੋ ਪਾਲੀ,
ਮੈਂ ਤੈਨੂੰ ਪਾਇਆ, ਮੇਰੀ ਰੂਹ ਕਰਮਾਂ ਵਾਲੀ
ਬੇਪਰਵਾਹ ਵੀ ਨਹੀਂ ਤੇ ਹੋਛੀ ਵੀ ਨਹੀਂ ਚੱਲਦੀ
ਰੋਹੀਆਂ 'ਚ ਠੰਡੇ ਬੁੱਲੇ ਰਹੇ ਘੱਲਦੀ
ਜਦ ਵੀ ਸੋਚਾਂ ਬਸ ਮੁਸਕਰਾ ਦਵੇ,
ਇੱਕੋ ਝੱਟੇ ਸਭ ਉਲਾਮੇ ਲਾਹ ਦਵੇ
ਸਤਿਕਾਰ ਜਰੂਰੀ ਏ, ਇੰਤਜਾਰ ਜਰੂਰੀ ਏ,
ਏਹ ਯਾਰੀ ਸਾਨੂੰ ਸਾਹਾਂ ਵਾਂਗੂ ਜਰੂਰੀ ਏ।
ਖਾ-ਖਾ ਠੇਡੇ, ਕਾਬਿਲ ਹੋਏ ਏਸ ਯਾਰੀ ਦੇ
ਬਸ ਇੱਦਾਂ ਹੀ ਦਿਨ ਲੰਘੀ ਜਾਣ ਏਸ ਖੁਮਾਰੀ ਦੇ
ਯਾਰੀ ਸਾਡੇ ਲਈ ਖਾਸ ਤੇ ਅਸੀ ਬਣੇ ਆਮ,
'ਪਰਮ' ਦਾ ਯਾਰੀ ਵਾਲੇ ਸ਼ਬਦ ਨੂੰ ਸਲਾਮ

40

ਮੇਰੀ ਜ਼ਿੰਦਗੀ ਦੀ ਕਿਤਾਬ

ਮੇਰੀ ਜ਼ਿੰਦਗੀ ਦੀ ਕਿਤਾਬ, ਯਾਦਾਂ ਦਾ ਸੈਲਾਬ।
ਕਿਤੇ ਕੰਡੇ ਆਉਣਗੇ, ਕਿਤੇ ਹੋਣਗੇ ਗੁਲਾਬ।
ਪੜ੍ਹਨਾ ਜਰਾ ਗੌਰ ਨਾਲ ਮੇਰੇ ਯਾਰੋ,
ਵਿੱਚੇ ਮਿਲੂਗਾ ਕਿੱਦਾ ਆਇਆ ਸੁਭਾ 'ਚ ਬਦਲਾਵ।
ਗੁਣਾਂ ਨੂੰ ਇੱਦਾਂ ਲਕੋ ਲਿਆ ਗੁਨਾਹਾਂ ਨੇ,
ਤੇ ਡੁੱਬਦਾ-ਡੁੱਬਦਾ ਡੁੱਬ ਗਿਆ ਮਹਿਤਾਬ।
ਰੋਜ਼ ਮੱਰਾ ਦੀ ਜ਼ਿੰਦਗੀ, ਉਤਾਰ ਚੜਾਅ ਬਥੇਰੇ।
ਦੁੱਖਾ-ਸੁੱਖਾਂ ਨਾਲ ਭਰੀ ਗਿਆ ਤਲਾਬ।
ਕੁਝ ਦਿਨ ਤਵੱਜੋ ਦੇਣ ਵਾਲੇ ਦਿਖਣਗੇ,
ਕਈਆਂ ਨੂੰ ਯਾਦ ਕਰ ਦਿਨ ਹੁੰਦਾ ਸੀ ਖਰਾਬ।
ਚਾਹੁਣ ਵਾਲਿਆਂ ਨੇ ਬੜਾ ਸਤਿਕਾਰ ਦਿਤਾ,
ਉੱਦਾਂ ਅਲੋਚਕਾਂ ਤੋਂ ਨਾ ਬਚ ਸਕਿਆ ਜਨਾਬ।
ਆਖਰੀ ਪੰਨਿਆ ਤੇ ਬਸ ਆਹੀ ਲਿਖਿਆ ਹੋਊ,
ਲੱਗਿਆ ਨਾ 'ਪਰਮ' ਤੋ ਜ਼ਿੰਦਗੀ ਦਾ ਹਿਸਾਬ।

41

ਮਨ ਦੀ ਸ਼ਾਂਤੀ

ਮਨ ਨੂੰ ਸ਼ਾਂਤੀ ਨਾ ਮਿਲੀ ਜਦ,
ਕੀ ਫਾਇਦਾ ਬੈਂਕ 'ਚ ਪਈਆਂ ਦੌਲਤਾਂ ਦਾ।
ਮਨੁੱਖੀ ਜੀਵਨ ਕਿਹੜਾ ਵਾਰ-ਵਾਰ ਮਿਲਦਾ,
ਲਾਭ ਨਾ ਲਿਆ ਜਿੰਨੇ ਮਿਲੀਆਂ ਮੋਹਲਤਾਂ ਦਾ।
ਪੱਥਰਾਂ ਦੀ ਪੂਜਾ ਹੁੰਦੀ ਦਿਨ-ਰਾਤ
ਮੁੱਲ ਪੈਂਦਾ ਨੀ ਫੁੱਲਾਂ ਦੀ ਕੋਮਲਤਾ ਦਾ।
ਜੀਹਦੇ ਕਰਮਾਂ 'ਚ ਸੁਧਰਨਾ ਲਿਖਿਆ ਹੀ ਨਹੀਂ,
ਮਜਾਕ ਲੱਗੇ ਉਨ੍ਹੂੰ ਹਰ ਸ਼ਬਦ ਤੋਹਮਤਾਂ ਦਾ।
ਪੇਟ ਭਰ ਰੋਟੀ ਹੀ ਨਾ ਜਿੱਥੇ ਨਸੀਬ ਹੋਵੇ,
ਕੀ ਫਾਇਦਾ ਦਿੱਤੀਆਂ ਮਹਿੰਗੀਆਂ ਦਾਵਤਾਂ ਦਾ।
ਜਿੰਨੇ ਮਰਜੀ ਮੱਥੇ ਰਗੜ ਲਈਏ ਮੰਦਰਾਂ-ਮਸੀਤਾਂ 'ਚ,
ਨੀਤਾਂ ਬਿਨ ਮੁੱਲ ਪੈਂਦਾ ਨੀ ਮੰਗੀਆਂ ਮੰਨਤਾਂ ਦਾ।

ਸੱਜਰੇ-ਸੱਜਰੇ ਖਾਬ

ਮੇਰੇ ਸੱਜਰੇ-ਸੱਜਰੇ ਖਾਬ, ਖਾਬਾਂ ਵਿੱਚ ਤੂੰ।
ਤਾਰਿਆਂ ਦਾ ਓਹਲਾ ਕਰ, ਤੇਰਾ ਦੇਖ ਲੈਣਾ ਮੂੰਹ।
ਕੁਝ ਕਿਹਾ ਨਾ ਜਾਵੇ, ਰਿਹਾ ਨਾ ਜਾਵੇ ਬਿਨ ਤੇਰੇ,
ਸੰਦਲੀ ਜਹੇ ਵਾਲ ਦਿੰਦੇ ਰਹਿੰਦੇ ਨੇ ਸੂਹ।
ਟਿੱਲੇ ਦੇ ਜੋਗੀ ਵਰਗੇ ਹਲਾਤ ਹੋ ਗਏ ਸਾਡੇ,
ਕਾਸਾ ਫੜ ਫਿਰਦੇ ਰਹੀਏ ਪਿੰਡ ਤੇਰੇ ਦੀ ਕੂਹ।
ਖਰ-ਖਰੇ ਜਹੇ ਬੱਦਲਾਂ ! ਚੋਂ ਕਿਣੀ ਆਣ ਗਿਰੀ,
ਬਸ ਇਨੇ 'ਚ ਹੀ ਭਰ ਗਿਆ, ਇਸ਼ਕੇ ਦਾ ਖੂਹ।
ਇੱਕ ਨਜ਼ਰ ਤਾਂ ਪਾ ਆਪਣੇ ਏਸ ਦੀਵਾਨੇ ਤੇ,
ਕੇ ਬਾਗੋ-ਬਾਗ ਹੋ ਜੇ ਭੁੱਲੀ ਵਿਸਰੀ ਰੂਹ।
ਖੁਸ਼ ਨਸੀਬੀ ਕੋਹਾਂ ਦੂਰ ਮੇਰੇ ਤੋਂ ਲੋਕੀ ਆਖਦੇ,
ਆਜਾ ਬਸ ਹਕੀਕਤ ਬਣਕੇ, ਤੇ ਪੈ ਜਾਣੇ ਧੂਹ।
ਬੂਹਤੀ ਵੱਡੀ ਖਵਾਹਿਸ਼ ਨਹੀਂ ਤੇਰੇ 'ਪਰਮ' ਦੀ,
ਰਹਿਜੇ ਤੂੰ ਕੋਲ ਬਣ ਮੇਰੀ ਬੇਬੇ ਦੀ ਨੂੰਹ।

43

ਚਿੱਟਿਉ ਪੀਲੇ

ਯਾਦਾਂ ਆਲੇ ਪੰਨੇ ਪੀਲੇ ਪੈ ਗਏ, ਵਾਗੂੰ ਕਿਤਾਬਾਂ ਦੇ।
ਸਾਨੂੰ ਭੁੱਲ ਗਏ, ਚੇਤੇ ਰਹਿ ਗਏ ਨੱਖਰੇ ਜਨਾਬਾਂ ਦੇ।
ਉੱਤੋਂ-ਉੱਤੋਂ ਪੜ੍ਹੀ ਗਏ, ਪਰ ਅੰਦਰੋਂ ਨਾ ਕਿਸੇ ਫੋਲਿਆ
ਗਵਾਚਿਆ ਕਿਰਦਾਰ ਮੇਰਾ ਭੁੱਲ ਕੇ ਵੀ ਨਾ ਟੋਲਿਆ
ਜਦ ਧੂੜ-ਮਿੱਟੀ ਹੀ ਲਿਖੀ ਸੀ, ਤਕਦੀਰਾਂ'ਚ,
ਤਾਂ ਇਹ ਦਿਲ ਕਿਉਂ ਪਾਈ ਬੰਦੇ ਦੇ ਸਰੀਰਾਂ 'ਚ
ਅੱਜ ਇੱਥੇ ਰੱਖ ਦਿੱਤਾ ਤੇ ਕੱਲ ਨੂੰ ਹੋਉ ਹੋਰ ਥਾਂ ਤੇ
ਕਦਰ ਨਹੀਂ ਪੈਂਦੀ ਪਰ ਤੋਹਮਤ ਜਰੂਰ ਲੱਗੂ ਮੇਰੇ ਨਾਂ ਤੇ,
ਕੋਈ ਨਾ ਸਮਝੇ ਤਕਲੀਫ ਚਿੱਟਿਉ ਪੀਲੇ ਹੋਏ ਰੰਗ ਦੀ
ਕਲਮ ਆਖੀ ਜਾਵੇ ਆਪਾਂ ਕਰਦੇ ਆਂ ਤਿਆਰੀ ਜੰਗ ਦੀ।
ਗਲੇ ਲੱਗ ਮੈਂ ਫਿੱਕੇ ਹੋਏ ਅੱਖਰਾਂ ਦੇ ਦੁੱਖ ਦਿਲਾਂ ਵਾਲੇ ਫੋਲੇ
ਫੇਰ ਚੁੱਪ-ਚਪੀਤੇ ਬੈਠ ਉਨਾ 'ਚ ਨਾਂ ਆਪਣਿਆਂ ਦੇ ਟੋਲੇ

44

ਇਕ ਖਾਬ

ਤੂੰ ਇੱਕ ਖਾਬ ਸੀ ਮੇਰੇ ਲਈ
ਜੋ ਹੁਣ ਹਕੀਕਤ 'ਚ ਬਦਲ ਰਿਹਾ।
ਕਦੇ ਵਕਤ ਹੁੰਦਾ ਸੀ, ਵੈਰੀ ਆਪਣਾ,
ਅੱਜ ਉਹੀ ਸਾਡਾ ਕਰਾ ਵਸਲ ਰਿਹਾ।
ਜਾਣਦੀ ਏ ਤੂੰ ਵੀ ਦਿਲ ਦੇ ਭੇਤਾਂ ਨੂੰ,
ਫੇਰ ਵੀ ਅਪਣਾ ਮਿਲਣਾ ਕਿਉਂ ਅੱਜ-ਕੱਲ ਰਿਹਾ।
ਕੱਚੀ ਜਹੀ ਸੀ ਯਾਰੀ ਜਦ ਲੱਗੀ ਸੀ,
ਉਮੀਦ ਦੀ ਨਿੱਘ 'ਚ ਪਕਾ ਫਸਲ ਰਿਹਾ।
ਆਪਾਂ ਕੋਲ ਵੀ ਨਹੀਂ ਤੇ ਦੂਰ ਵੀ ਨਹੀਂ,
ਬਸ ਸੋਚਾਂ 'ਚ ਹੀ ਪਾੜਾ ਦਰ ਅਸਲ ਰਿਹਾ।
ਆਦਤ ਪੈ ਗਈ ਮੈਨੂੰ ਤੇਰੇ ਬੋਲਾਂ ਦੀ,॥
ਨਾ ਸੁਣਾ ਤਾਂ ਲੱਗੇ ਕੁਝ ਖਲ ਰਿਹਾ।
ਹੋਵੇਗਾ ਮੇਲ ਵੀ ਕਦੇ ਅਜੇ ਗੱਲਾਂ ਜਾਰੀ ਨੇ,
ਖੁਸ਼ੀ ਏ, ਦੂਰ ਰਹਿ ਕੇ ਵੀ ਰਿਸ਼ਤਾ ਸਾਡਾ ਪਲ ਰਿਹਾ।

45

ਕੋਈ ਖਿੱਚ ਜਹੀ

ਕੁਝ ਤਾਂ ਹੈ ਨੈਣਾਂ ਤੇਰਿਆਂ 'ਚ
ਜੋ ਖਿੱਚੀ ਜਾਵੇ ਮੈਨੂੰ, ਤੇਰੇ ਵੱਲ ਨੀ
ਆਉਂਦਾ ਚਾਹਵਾਂ ਨਜ਼ਦੀਕ ਜਦ ਵੀ
ਪਤਾ ਨਹੀਂ ਕਿਉਂ ਆਉਂਦੀ ਉਹ ਕੱਲ ਨੀ।
ਨੀਂਦ ਉੱਡੀ ਤੇ ਚੈਨ ਗਵਾਚਾ,
ਦੇਖ ਕਿਤਾਬਾਂ ਫੋਲ ਕੇ ਤੇ ਲੱਭ ਕੋਈ ਹੱਲ ਨੀ।
ਜੀਣਾ ਹੋਇਆ ਪਿਆ ਔਖਾ ਮੇਰਾ,
ਪਲ ਦਾ ਵਿਛੋੜਾ ਵੀ ਹੁੰਦਾ ਹੁਣ ਝੱਲ ਨੀ।
ਤਸਵੀਰਾਂ ਸਹਾਰੇ ਨੀ ਹੋਣਾ ਗੁਜਾਰਾ
ਪੱਕੇ ਸਬੂਤ ਸਾਡੇ ਕਨ੍ਹੀ ਘੱਲ ਨੀ।
ਆਵਾਗਾਂ ਮੈਂ ਤਾਰਿਆਂ ਦੀ ਟੋਲੀ ਨਾਲ,
ਤੂੰ ਹਵਾ ਵਾਗੂੰ ਮੇਰੇ ਨਾਲ ਪਈਂ ਚੱਲ ਨੀ।
ਕੁਝ ਤਾਂ ਹੈ ਨੈਣਾਂ ਤੇਰਿਆਂ 'ਚ
ਜੋ ਖਿੱਚੀ ਜਾਵੇ ਮੈਨੂੰ, ਤੇਰੇ ਵੱਲ ਨੀ।

46

ਸ਼ਹਿਰੀ ਕਰਨ

ਸ਼ਹਿਰੀ ਕਰਨ ਨੇ ਪਿੰਡ ਖਾ ਲਏ।
ਪਿੰਡਾਂ ਨੇ ਆਪਣੇ ਰੀਤੀ-ਰਿਵਾਜ਼ ਗਵਾ ਲਏ।
ਰਾਤੋ-ਰਾਤ ਵੱਡੇ ਹੋਣ ਦੀ ਹੋੜ ਵਿੱਚ,
ਲੋਕਾਂ ਨੇ ਕਿੰਨੇ ਹੀ ਚਿੱਟੇ ਸੂਟ ਸਵਾ ਲਏ।
ਤਰੱਕੀ ਨਹੀਂ ਇਹ ਤਾਂ ਨਿਰਾ ਧੋਖਾ ਜਾਪੇ,
ਯਾਰਾਂ ਨੇ ਆਪਣੇ ਪੱਕੇ ਯਾਰ ਜੋ ਗਵਾ ਲਏ।
ਹਕੂਮਤਾਂ ਦੀ ਚਾਲ ਨਾ ਕਿਸੇ ਸਮਝੀ,
ਬਸ ਵਿਕਾਸ ਦੇ ਨਾਅਰੇ ਹੇਠ ਲੋਕ ਦਬਾ ਲਏ।
ਕਿਸਾਨ ਤਬਕੇ ਨੂੰ ਇਹਨਾਂ ਜੀਣ ਨਹੀਂ ਦੇਣਾ,
ਬਿੱਲ ਪਾਸ ਕਰ ਜਮੀਨਾਂ ਤੇ ਸਾਇਨ ਜੋ ਕਰਾ ਲਏ।
ਹੱਕਾਂ ਦਾ ਇੱਥੇ ਕਦ ਕੁੱਝ ਨਹੀਓਂ ਬਣਿਆ,
'ਅੰਟਾਲੋ' ਅਸਾਂ ਤਾਂ ਦਰ-ਦਰ ਜਾ ਮੱਥੇ ਘਸਾ ਲਏ।

47

ਸਕੂਨ ਚੁੱਪ ਦਾ

ਅੰਦਰੋਂ ਕੁਝ ਟੁੱਟ ਗਿਆ, ਤਾਹੀਓਂ ਬੁੱਲ ਚੁੱਪ ਨੇ।
ਠੰਡੀ ਛਾਂ ਵਾਲੇ ਰੁੱਖ ਹੋਏ ਜੋ ਤਿੱਖੀ ਧੁੱਪ ਨੇ।
ਦਰਦ ਜਿਹਾ ਹੋ ਰਿਹਾ ਵਿੱਚ ਸੀਨੇ,
ਤੇ ਘੇਰ ਲਿਆ ਤਨਹਾਈ ਨੇ।
ਐਵੇਂ ਹੀ ਤੁਰਦੇ ਰਹੇ ਰਾਹਵਾਂ ਤੇ
ਮੁਸ਼ਕਿਲ 'ਚ ਪਾ ਤਾ ਇੱਕ ਮਨਾਹੀ ਨੇ।
ਪਤਾ ਨਹੀਂ ਕਿਉਂ ਚੁੱਪ 'ਚ ਸਕੂਨ ਮਿਲ ਰਿਹਾ।
ਕਿੰਨੀਆ ਹੀ ਸ਼ਿਕਾਇਤਾਂ ਚੰਦਰਾ ਕਰ ਦਿਲ ਰਿਹਾ।
ਆਖਦਾ ਇਹ ਦਰਦ ਤੂੰ ਆਪ ਸਹੇੜੇ ਨੇ
ਜਿੰਨਾ ਖੁਸ਼ ਸੀ ਕਦੇ
ਉਨੇ ਦੁੱਖ ਤੇਰੇ ਵਿਹੜੇ ਨੇ।
ਤਸੱਲੀ ਦੇ ਰਿਹਾ ਬਸ ਜਰੂਰੀ ਨਹੀਂ,
ਸਾਰੇ ਖਾਅਬ ਪੂਰੇ ਹੋਣ।
'ਪਰਮ' ਉਹ ਕਿਹੜਾ ਜ਼ਿੰਦਗੀ ਨਹੀਂ ਜੀਂਦੇ,
ਜਿੰਨਾ ਦੇ ਰਹੇ ਅਧੂਰੇ ਹੋਣ।

48

ਰੂਹਾਂ ਚੰਗੀਆਂ

ਸਿਰ ਮੱਥੇ ਜਿਨ੍ਹਾਂ ਸਾਡੇ ਲਈ ਦੁਆਵਾਂ ਮੰਗੀਆ ਨੇ।
ਭੁੱਲ ਦੇ ਦੁਨੀਆਂ ਦੇ ਰੰਗ, ਨੀਤਾਂ ਰੱਬ ਦੇ ਰੰਗਾਂ 'ਚ ਰੰਗੀਆ ਨੇ।
ਮੈਂ ਮੁਸਾਫਿਰ ਸਾਂ ਕੁਝ ਅਣਮਿੱਥੀ ਮੰਜ਼ਿਲਾਂ ਦਾ
ਉਸ ਰਾਹੇ ਚਲੱਣ ਲਈ ਕਦਰਾਂ-ਕੀਮਤਾਂ ਸੂਲੀ ਟੰਗੀਆਂ ਨੇ।
ਸੋਚਦਾ ਹੁੰਦਾ ਸੀ, ਮੈਂ ਅਕਸਰ ਦੁਨੀਆ ਬੜੀ ਸਵਾਰਥੀ,
ਲਗਦਾ ਬਹੁਤੀਆਂ ਰੂਹਾਂ ਅਜੇ ਵੀ ਇੱਥੇ ਚੰਗੀਆਂ ਨੇ।
ਇਕ ਰੁਤਬਾ ਚਾਹੀਦਾ ਦੁਨੀਆ ਵਿਚਲੇ ਇਨਸਾਨ ਨੂੰ,
ਚਾਹੇ ਉਸ ਰੁਤਬੇ ਦੀਆਂ ਪਰਤਾਂ ਹੋਣ ਨੰਗੀਆਂ ਨੇ।
ਵਕਤ ਨੇ ਤਾਂ ਦੂਰ ਕਰ ਹੀ ਦਿੱਤਾ ਰਿਸ਼ਤਿਆਂ ਨੂੰ,
ਦੌਲਤਾਂ ਵੀ ਇਹ ਕੰਮ ਕਰਨੋ ਸੰਗੀਆਂ ਨੇ
ਇੱਕ ਛੋਟੀ ਜਹੀ ਕੁੱਲੀ 'ਚ ਦੇਖੀ ਮੌਜ ਦੁਨੀਆਂ ਭਰ ਦੀ,
ਤੇ ਉੱਚੇ ਮਕਾਨਾਂ ਵਿੱਚ 'ਅੰਟਾਲੋ' ਅਜੇ ਵੀ ਉਹੀ ਤੰਗੀਆਂ ਨੇ।

49

ਕੱਲ ਤੇ ਅੱਜ

ਮੁਬਾਰਕਾਂ ਹੋਣ ਸੱਜਣਾ ਤੈਨੂੰ, ਜ਼ਿੰਦਗੀ ਦੇ ਨਵੇਂ ਮੋੜ ਦੀਆਂ।
ਦਿਲ ਨੱਚ ਉੱਠੇ ਜਦ ਯਾਦਾਂ ਮੇਰੇ ਤੱਕ ਬੋਅੜ ਦੀਆਂ।
ਜੂੰਮੇ ਵਰਗੇ ਵੇਲੇ ਸੀ ਯਾਰ ਹੋਰੀਂ ਵੀ ਤੇਰੇ ਲਈ ਵੇਹਲੇ ਸੀ
ਕਰਾਮਾਤ ਸੀ ਕੋਈ ਯਾਰੋ, ਅਸੀਂ ਆਪ ਸੱਜਣ ਸਹੇੜੇ ਸੀ
ਤੇਰੀ ਮਹਿਕ ਮਹਿਸੂਸ ਹਾਂ ਕਰਦਾ ਹਵਾਵਾਂ 'ਚ
ਅੱਜ ਮੈਂ ਨਾਲ ਨਹੀਂ ਮੰਜ਼ਿਲ ਵਲ ਜਾਂਦੀਆਂ ਰਾਹਵਾਂ 'ਚ
ਚੰਗਾ ਵਕਤ ਭਲਾ ਕੌਣ ਭੁਲਾ ਸਕਦਾ
ਪਰ ਹੁਣ ਮਨ ਆਪਣਾ ਮੈਂ ਵੀ ਨੀ ਡੁਲਾ ਸਕਦਾ।
ਕਦੇ ਚਾਹਿਆਂ ਸੀ ਤੈਨੂੰ ਤੇ ਅੱਜ ਸਤਿਕਾਰ ਹਾਂ ਕਰਦਾ
ਅੱਜ ਨਿੱਕੀ ਜਹੀ ਨਾਲ ਤੇਰੇ ਤਕਰਾਰ ਹਾਂ ਕਰਦਾ
'ਪਰਮ' ਪਹਿਲਾ ਤੇ ਆਖਰੀ ਬਸ ਆਹੀ ਰੂਪ ਹਾਂ।
ਖਾਸ ਸੀ ਉਹ ਦਿਨ, ਹੁਣ ਖਾਸ ਬੰਦਿਆ 'ਚ ਮਸ਼ਰੂਫ ਹਾਂ।

50

ਪੱਤਝੜ ਚਲਦੀ ਹਜੇ

ਪੱਤਝੜ ਚਲਦੀ ਤਦੇ
ਉਡੀਕ ਬਹਾਰ ਦੀ
ਟਾਹਣੀ ਔੜਾ ਦੇ
ਲਫੇੜੇ ਫਿਰੇ ਸਹਾਰ ਦੀ
ਗੁੰਮ ਨਹੀਂ ਹੋਈ
ਬਸ ਧੁੰਦਲੀ ਜਹੀ ਹੋ ਗਈ
ਤਸਵੀਰ ਉਹਦੇ ਨਕਸ਼-ਨੁਹਾਰ ਦੀ
ਹਰ ਰੁੱਤ ਦਾ ਬੰਨਵਾ ਵਕਤ
ਇੱਕ ਆਵੇ ਤੇ ਦੂਜੀ ਬੂਹੇ ਅੱਗੇ
ਖੜ੍ਹ ਆਪਣਾ ਰਾਹ ਨਿਹਾਰ ਦੀ
ਪੱਤੇ ਟੁੱਟੇ ਕੇ ਸੁੱਕ ਚੱਲੇ
ਨਵੀਆਂ ਦੇ ਆਉਣ 'ਚ ਦੇਰ ਨਹੀਂ
ਦੇਖੋ ਕਿੱਦਾਂ ਕੁਦਰਤ ਆਪਣਾ-ਆਪ ਸੰਵਾਰ ਦੀ
ਮਰ ਜਾਂਦੇ ਨੇ
ਹੋ ਦੂਰ ਜਾਂਦੇ ਨੇ
ਪਰ ਕੋਈ ਫਿੱਤੀ ਨਹੀਂ ਲਾਉਂਦਾ ਫਰਾਰ ਦੀ
ਕੁੱਝ ਸਿੱਖਣਾ ਚਾਹੀਦਾ 'ਅੰਟਾਲਾ'
ਇੰਨਾ ਰੰਗਾ ਤੋਂ ਜੋ
ਪੁੱਗਾਉਂਦੇ ਨੇ ਰੀਤ ਕੌਲ-ਕਰਾਰ ਦੀ।

51

ਬੇ-ਦੋਸਾਂ

ਉਡੀਕਦੇ ਆਂ ਆ ਜਾਵੇ ਕੋਈ ਸੁਨੇਹਾ
ਨਵਾਂ-ਨਕੋਰ ਹੋਵੇ ਜਾਂ ਕੋਈ ਬੇਹਾ।
ਉਹ ਖਾਸ ਨੇ ਤੇ ਰਹਿੰਦੇ ਵੀ ਖਾਸ ਨੇ,
ਜ਼ਹਿਰ ਮੁਕਾ ਦਿੱਤਾ ਬੋਲਾਂ ਦੀ ਮਿਠਾਸ ਨੇ
ਸੱਜਣਾਂ ਦਾ ਗੁੱਸਾ ਤੇ ਮੇਰਾ ਇੰਤਜਾਰ,
ਜੰਗ ਚੱਲ ਰਹੀ ਦੋਨਾਂ ਵਿਚਕਾਰ
ਪਤਾ ਨਹੀਂ ਕੀ ਸੋਚ ਰਹੇ ਨੇ ਅੰਦਰ
ਚਲਣਾ ਹੱਟ ਗਿਆ ਸਾਡਾ ਹਰ ਮੰਤਰ
ਜੋ ਵੀ ਗਿਲਾ ਬੋਲ ਕੇ ਦੱਸਣ ਗੱਲ ਤਾਂ ਬਣੇ
ਤੇ ਪਹਿਲਾਂ ਵਾਂਗੂੰ ਖੁੱਲ ਕੇ ਹੱਸਣ ਗੱਲ ਤਾਂ ਬਣੇ।
ਜਾਂ ਤਾਂ ਤਕਲੀਫ ਮਹਿਸੂਸ ਹੋ ਰਹੀ ਹੋਵੇਗੀ
ਜਾਂ ਇੱਦਾਂ ਕਰ ਕੋਈ ਖੁਸ਼ੀ ਮਹਿਸੂਸ ਹੋ ਰਹੀ ਹੋਵੇਗੀ
ਇਹ ਵਹਿਮ ਆ ਕੋਰਾ ਭਰਮ ਆ
ਦੇਖ ਖੜਾ ਬੇ-ਦੋਸਾਂ ਤੇਰਾ 'ਪਰਮ' ਆ।

ਅਜੇ ਤਾਂ

ਅਜੇ ਤਾਂ ਤੈਨੂੰ ਦੇਖਿਆ ਵੀ ਨਹੀਂ,
ਦੋ ਨੈਣਾਂ ਨੇ ਸੁਪਨੇ ਸਜਾ ਵੀ ਲਏ
ਅਜੇ ਤਾਂ ਤੈਨੂੰ ਮਿਲਿਆ ਵੀ ਨਹੀਂ
ਤੇ ਵਕਤ ਦੇ ਪਹੀਏ ਦੋਸਤ ਬਣਾ ਵੀ ਲਏ
ਰੁੱਕ ਜਾਣਗੀਆਂ ਇਹ ਸਭ ਸੂਈਆਂ
ਨਜ਼ਰਾਂ ਵੀ ਰੁੱਕ ਜਾਣਗੀਆਂ ਤੇਰੇ ਤੇ
ਸਾਰੀ ਕਾਇਨਾਤ ਹੋ ਜਾਣੀ ਸਾਡੇ ਵੱਲ
ਪਰਵਾਜ ਦੋਨਾਂ ਦੀ ਗੱਲ ਸੁਣਾਵੇਗਾ।
ਮੈਂ ਬਸ ਰੱਜ ਕੇ ਨਿਹਾਰਨਾ ਚਾਹੁਨਾ ਤੈਨੂੰ
ਅੱਖਾਂ ਰਾਹੀ ਦਿਲ 'ਚ ਉਤਾਰਨਾ ਚਾਹੁਨਾ ਤੈਨੂੰ
ਤੇਰੀ ਹਰ ਚੀਜ਼ ਮੈਨੂੰ ਚੰਗੀ ਲੱਗਦੀ
ਭਾਵੇਂ ਉਹ ਖਿਆਲ ਹੀ ਕਿਉਂ ਨਾ ਹੋਣ
ਬੋਲ ਵੀ ਤੇਰੇ ਲੱਗਣ ਕੋਸੇ-ਕੋਸੇ
ਭਾਵੇਂ ਚਲਦੇ ਸਿਆਲ ਹੀ ਕਿਉਂ ਨਾ ਹੋਣ
ਹਾਣੋ-ਹਾਣੀ ਹਾਂ ਆਪਾਂ ਇਹ ਸਮਿਆਂ ਦੇ,
ਇਹ ਜਨਮ ਤੇਰੇ ਤੋ ਵਾਰ ਦੇਣਾ,
ਬਣਾ ਕੇ ਤੈਨੂੰ ਰੂਹ ਦਾ ਹਾਣੀ
'ਪਰਮ' ਨੇ ਆਪਣਾ ਜੀਵਨ ਸੰਵਾਰ ਲੈਣਾ
ਮਿਲੇ ਜਦ ਵੀ ਤੂੰ ਮੈਨੂੰ, ਉਹ ਘੜੀ ਖਾਸ ਹੋਉ।
ਖੁਲੀਆਂ ਅੱਖਾਂ ਦੀ ਪੂਰੀ ਉਂਦੋ ਤਲਾਸ਼ ਹੋਉ।

53

ਤੜਫਣਾ ਤੈਨੂੰ ਮਿਲਣ ਦੀ

ਤੜਫਣਾ ਤੈਨੂੰ ਮਿਲਣ ਦੀ
ਬਾ-ਦਸਤੂਰ ਉਂਦਾਂ ਹੀ ਜਾਰੀ ਏ
ਜਿਦਾਂ ਕੋਈ ਧਰਤੀ ਤੇ ਰਹਿ ਕੇ
ਚੰਨ ਨੂੰ ਫੜਣ ਦੀ ਕੋਸ਼ਿਸ਼ ਕਰੇ
ਜਦ ਵੀ ਤੇਰੇ ਕੋਲ ਆਉਣਾ ਚਾਹੁਣਾ ਤਾਂ
ਕੋਈ ਨਾ ਕੋਈ ਅੜਚਣ ਘੇਰ ਲੈਂਦੀ ਏ
ਪਰ ਸਾਥੀ ਫਿਕਰ ਕਰੀ ਨਾ ਏਸ ਗੱਲ ਦੀ
ਆਪਾਂ ਤੋਂ ਕਦੇ ਮਿਲ ਨਹੀਂ ਹੋਣਾ
ਇਹ ਤਾਂ ਸਿਰਫ ਥੋੜਾ ਗੇੜ ਚੱਲਦਾ ਦੋਨਾਂ ਲਈ
ਜਿਸ ਦਿਨ ਇਹ ਹੱਟ ਗਿਆ, ਸਭ ਠੀਕ ਹੋਜੂ
ਤੇ ਉਸ ਦਿਨ ਆਪਣਾ ਮੇਲ ਵੀ ਹੋਵੇਗਾ।
ਜਿੱਦਾਂ ਫੁੱਲਾਂ ਦਾ ਭੌਰੇ ਨਾਲ
ਚੰਨ ਦਾ ਚਾਨਣੀ ਨਾਲ
ਹਾਂ, ਮਾੜਾ ਜਿਹਾ ਮਨ 'ਚ ਘੜਮਸ ਤਾਂ ਉੱਠਦਾ,
ਕਿੰਨੇ ਹੀ ਮੌਸਮ ਬੀਤ ਗਏ
ਪੱਤੇ ਕਿੰਨੀ ਵਾਰੀ ਝੱੜ ਕੇ ਵਾਪਿਸ ਵੀ ਆ ਗਏ
ਪਰ ਆਪਣੇ ਮਿਲਣ 'ਚ ਇੰਨੀ ਦੇਰੀ ਕਿਉਂ
ਮੈਨੂੰ ਇੱਕ ਗੱਲ ਦੀ ਖੁਸ਼ੀ ਵੀ ਹੈ ਕੇ
ਇਹ ਸਭ ਕੁਝ ਇਕ ਪਾਸੜ ਨਹੀਂ ਹੈ
ਸੋ ਦੋ ਦਿਲਾਂ ਦੀ ਆਵਾਜ

ਰੱਬ ਸੁਣੇਗਾ ਜਰੂਰ
ਪਰ ਉਂਦੋ ਤੱਕ 'ਪਰਮ' ਨੂੰ
ਇਹ ਦੁਨੀਆਂ ਲੱਗਣੀ ਖਾਰੀ ਏ।
ਤੜਫਣਾ ਤੈਨੂੰ ਮਿਲਣ ਦੀ
ਬਾ-ਦਸਤੂਰ ਉਂਦਾਂ ਹੀ ਜਾਰੀ ਏ।

54

ਉਹ ਮੇਰੇ ਨਾਲ ਪੜ੍ਹੀ

ਕਾਲਜ 'ਚ ਤੂੰ ਮੇਰੇ ਨਾਲ ਸੀ ਪੜ੍ਹੀ।
ਨਾ ਸੀ ਕਦੇ ਬੋਲੀ ਤੇ ਨਾ ਹੀ ਲੜੀ।
ਉਹ ਦਿਨ ਅੱਜ ਵੀ ਯਾਦ ਮੈਨੂੰ
ਜਦ ਪਹਿਲੀ ਵਾਰ ਮੇਰੇ ਬਾਇਕ ਤੇ ਸੀ ਚੜ੍ਹੀ।
ਤੈਨੂੰ ਬੁਲਾਵਾਂ ਜਾਂ ਨਾ ਬੁਲਾਵਾਂ
ਮੇਰੀ ਇਸੇ ਗੱਲੇ 'ਚ ਘੁੰਡੀ ਰਹਿੰਦੀ ਸੀ ਅੜੀ।
ਤੇਰੇ ਲਈ ਹਿੰਦੀ ਵਾਲਾ ਟੱਚ ਬੜਾ ਸੌਖਾਲਾ ਸੀ
ਮੈਂ ਸੁਣਿਆ ਅੱਧਾ ਕਾਲਜ ਫੈਨ ਤੇਰਾ ਬਾਹਲਾ ਸੀ
ਕੁੱਝ ਹੋਰ ਵੀ ਨਿੱਕੇ ਮੋਟੇ ਖਿਆਲ ਹੋਣਗੇ।
ਉਡੀਕਦਾ ਸੀ, ਕਦ ਇਹ ਨੈਣ ਮੇਰੇ ਤੇ ਦਿਆਲ ਹੋਣਗੇ।
ਬਸ ਕਰਦੇ ਕਰਾਉਂਦੇ ਲੰਘ ਗਿਆ ਸਾਲ ਸੀ
ਪਿੱਛੋਂ ਪੁੱਛਿਆ ਨਾ ਕਿਸੇ ਹਾਲ-ਚਾਲ ਸੀ
ਕੁੱਝ ਵਰ੍ਹਿਆਂ ਮਗਰੋਂ ਫੇਰ ਮਿਲਾਪ ਹੋ ਗਿਆ
ਜੋ ਸੋਚਿਆ ਨੀ ਸੀ, ਉਹ ਆਪ ਹੋ ਗਿਆ

55

ਉਡੀਕਾਂ ਲੰਮੀਆਂ

ਆ ਜਾਵਾਂ ਕੋਲ ਤੇਰੇ ਮਾਰ ਕੇ ਉਡਾਰੀਆਂ
ਗੱਲਾਂ ਤੇਰੀਆਂ ਨੀ ਮੈਨੂੰ ਜਾਨੋਂ ਪਿਆਰੀਆਂ
ਦੇਖ ਕਰਤਾ ਸਫਰ ਮੈਂ ਤਾਂ ਸ਼ੁਰੂ,
ਤੇ ਤੂੰ ਵੀ ਯਾਰਾ ਖਿੱਚ ਲੈ ਤਿਆਰੀਆਂ
ਭੌਰੇ ਵਾਂਗੂੰ ਨੀ ਮੈਂ ਫਿਰਾ ਉੱਡਦਾ
ਤੇਰਾ ਦਿਲ ਜਿਵੇਂ ਫੁੱਲਾਂ ਦੀਆਂ ਕਿਆਰੀਆਂ
ਨੈਣ ਤਰਸੇ ਪਏ ਨੇ ਦੀਦ ਤੇਰੇ ਲਈ
ਬੈਠ ਤੇਰੇ ਕੋਲ ਬਾਤਾਂ ਕਰਨੀਆਂ ਸਾਰੀਆਂ।
ਰਾਹ ਦੇਖਦੀ ਤਾਂ ਹੋਣੀ ਤੂੰ ਵੀ ਮੇਰਾ।
ਉਡੀਕਾਂ ਲੰਬੀਆਂ ਜੋ ਹੋ ਗਈਆਂ ਵਿਚਾਰੀਆਂ
ਮੇਲ ਹੋਣਗੇ ਬਸ ਦਿਨਾਂ ਦੀ ਹੀ ਤਾਂ ਗੱਲ ਐ।
ਨੀ ਮੈਂ ਵਾਰ ਦੇਣੀਆਂ ਰੀਝਾਂ ਜੋ ਸਾਰੀਆਂ।
'ਪਰਮ' ਹੋਈ ਜਾ ਰਿਹਾ ਫੈਨ ਦਿਨੋ-ਦਿਨ ਤੇਰਾ
ਭਾਵੇਂ ਕੋਲ ਦੀ ਲੰਘੀ ਜਾਣ ਸੂਰਤਾਂ ਪਿਆਰੀਆਂ।

56

ਕਿੰਨਾ ਤੈਨੂੰ ਯਾਦ ਕੀਤਾ

ਤੂੰ ਤਾਂ ਜਾਣਦੀ ਵੀ ਨਈਂ
ਇੱਕ-ਇੱਕ ਘੰਟਾ ਕਿਵੇਂ ਬੀਤਿਆ
ਤੂੰ ਤਾਂ ਜਾਣਦੀ ਵੀ ਨਈਂ
ਬਸ ਤੇਰੀਆਂ ਗੱਲਾਂ ਨੂੰ ਯਾਦ ਕਰ-ਕਰਕੇ
ਕਿੱਦਾਂ ਇੱਕਲਾ ਹੀ ਰਿਹਾ ਹੱਸਦਾ
ਤੂੰ ਤਾਂ ਜਾਣਦੀ ਵੀ ਨਈਂ
ਪਤਾ ਸੀ ਕੇ ਸੋਹਣੇ ਉੱਲਝੇ ਨੇ ਕੰਮਾਂ 'ਚ
ਇੱਥੇ ਰੁੱਝੇ ਹੋਏ ਨੇ ਵੀ, ਤੈਨੂੰ ਯਾਦ ਕੀਤਾ,
ਤੂੰ ਤਾਂ ਜਾਣਦੀ ਵੀ ਨਈਂ
ਸਾਰਾ ਦਿਨ ਰਿਪੀਟ ਤੇ ਚੱਲਦੇ ਰਹੇ ਉਦਾਸ ਗਾਣੇ
ਉਨਾ 'ਚ ਖੁਦ ਮਹਿਸੂਸ ਕੀਤਾ,
ਤੂੰ ਤਾਂ ਜਾਣਦੀ ਵੀ ਨਈਂ
ਪੁਰਾਣੀ ਗੱਲ-ਬਾਤ ਲੱਭ ਗਈ ਸਹਿਜ-ਸੁਭਾਅ
ਉਸਨੂੰ ਪੜ੍ਹ ਵਕਤ ਲੰਘਾਇਆ
ਤੂੰ ਤਾਂ ਜਾਣਦੀ ਵੀ ਨਈਂ
ਕੱਲ੍ਹ ਦੀ ਰਾਤ ਇਕ ਅਰਸ਼ੇ ਵਾਂਗੂੰ ਜਾਪੀ ਮੈਨੂੰ
ਕਿੱਦਾਂ ਤਨ ਤੇ ਹੰਡਾਈ
ਤੂੰ ਤਾਂ ਜਾਣਦੀ ਵੀ ਨਈਂ
ਭਲਕੇ ਤੇਰੇ ਸੰਦੇਸ਼ ਨੇ ਪਾਉਣੀ ਸੀ ਜਾਨ ਮੇਰੇ 'ਚ
ਇਸੇ ਉਮੀਦ 'ਚ ਮੌਤ ਨਾਲ ਪਾਈ ਯਾਰੀ
ਤੂੰ ਤਾਂ ਜਾਣਦੀ ਵੀ ਨਈਂ।

57

ਅਰਸ਼ਾਂ ਦੀ ਹੂਰ

ਸੋਹਣੀਏ ਤੈਨੂੰ ਸਿਰ ਤੇ ਨਹੀਂ,
ਪਰ ਦਿਲ 'ਚ ਜਰੂਰ ਰੱਖਣਾ।
ਤੇਰੀ ਹਰ ਰੀਝ ਪੂਰੀ ਕਰੂੰ ਹੱਸ ਕੇ
ਪਰ ਕੁੱਝ ਚੀਜ਼ਾਂ ਤੋਂ ਕਰ ਮਜਬੂਰ ਰੱਖਣਾ,
ਮਹਿਖਾਨੇ ਜਾਣਾ ਵੀ ਛੱਡ ਦੇਣਾ
ਬਸ ਤੇਰੇ ਨੈਣਾਂ ਦਾ ਕਰਕੇ ਸਰੂਰ ਰੱਖਣਾ
ਸਾਡੇ ਨਾਂ ਦੀ ਹੋਈ ਜਦੋਂ ਚਰਚਾ
ਤਾਂ ਨਾਲ ਤੈਨੂੰ ਵੀ ਮਸ਼ਹੂਰ ਰੱਖਣਾ
ਜਿੱਦ ਤੇਰੀ ਨੂੰ ਪੁਗਾਊਂ ਕਿਸੇ ਹੱਦ ਤੱਕ,
ਪਰ ਬੁਰੀਆਂ ਗੱਲਾਂ ਤੋਂ ਦੂਰ ਰੱਖਣਾ
ਹਰ ਪਲ ਸੋਚਦਾ ਰਹਾਂ ਤੇਰੇ ਬਾਰੇ,
ਸੂਹੇ ਖਿਆਲਾਂ 'ਚ ਮਗਰੂਰ ਰੱਖਦਾ।
ਪਰੀਆਂ ਵੀ ਸੜ ਜਾਣ ਤੇਰੇ ਰੂਪ ਤੋਂ
ਜਦ 'ਪਰਮ' ਨੇ ਬਣਾ ਕੇ ਅਰਸ਼ਾਂ ਦੀ ਹੂਰ ਰੱਖਣਾ।

58

ਯਾਰਾ ਤੂੰ ਚੰਗਾ ਨੀ ਰਿਹਾ

ਯਾਰਾ ਤੂੰ ਚੰਗਾ ਨੀ ਰਿਹਾ,
ਪਹਿਲਾਂ ਵਾਗੂੰ ਪੁੱਛਦਾ ਨਾ ਹਾਲ ਵੇ।
ਪਿਆਰ ਦੀਆਂ ਗੱਲਾਂ ਸੀ ਜਿੰਨਾ ਤੇ
ਉਹ ਬੁੱਲਾਂ ਤੇ ਅੱਜ ਲੱਖਾਂ ਹੀ ਸਵਾਲ ਵੇ।
ਕਦੇ ਅੱਖ ਵਿੱਚ ਹੰਝੂ ਨੀ ਸੀ ਆਉਣ ਦਿੰਦਾ
ਅੱਜ ਵਹਿੰਦੇ ਨੀਰਾਂ ਦਾ ਨਾ ਭੌਰਾ ਖਿਆਲ ਵੇ,
ਸਾਰੀ ਗਲਤੀ ਤੇਰੀ ਵੀ ਨੀ ਹੋਣੀ ਤੇ ਨਾ ਮੇਰੀ
ਕੋਈ ਗੱਲ ਤਾਂ ਹੈ, ਜੀਹਦਾ ਚੱਲਦਾ ਪਿਆ ਮਲਾਲ ਵੇ।
ਜਦ ਲੱਗੀ ਸੀ, ਇਕ ਵਾਅਦਾ ਕੀਤਾ ਸੀ ਆਪਾਂ,
ਸਾਡੇ ਵਿੱਚ ਆਜੇ ਕਿਸੇ ਦੀ ਕੀ ਮਜਾਲ ਵੇ।
ਅਜੇ ਤਾਂ ਆਪਾਂ ਬੁੱਢੇ ਹੋਣ ਦਾ ਆਨੰਦ ਮਾਣਨਾ,
ਇਕੱਠਿਆਂ ਬਿਤਾਉਂਦੇ ਕਈ ਯਾਦਗਾਰ ਸਾਲ ਵੇ।
ਆ ਸੱਜਣਾ ਬੈਠ ਮੁਕਾ ਲਇਏ ਸਭ ਮਸਲੇ,
'ਪਰਮ' ਕੀਤੇ ਮੁੱਕ ਹੀ ਨਾ ਜਾਵੇ ਗੱਲ-ਬਾਤ ਵੇ।

59

ਕੌਫੀ ਸ਼ੋਪ

ਕਿਸੇ ਵਧੀਆ ਜਹੀ ਕੌਫੀ ਸ਼ੋਪ ਤੇ,
ਬੈਠਣਾ ਸੋਹਣਿਆ ਮੈਂ ਨਾਲ ਤੇਰੇ।
ਤੈਨੂੰ ਤੱਕ-ਤੱਕ ਕੇ ਬਸ
ਕਰਨੀਆਂ ਗੱਲਾਂ ਮੈਂ ਨਾਲ ਤੇਰੇ।
ਭਾਵੇਂ ਹੋਰ ਵੀ ਲੋਕ ਹੋਣਗੇ ਵੱਖ-ਵੱਖ ਮੇਜਾਂ ਤੇ
ਉੱਦਾਂ ਮੈਂ ਹੀ ਹੋਵਾਂਗਾ ਓਸ ਵਕਤ ਨਾਲ ਤੇਰੇ
ਉਹ ਆਪਣੀ ਪਹਿਲੀ ਮੁਲਾਕਾਤ ਹੋਊ
ਜਿੱਦਾਂ ਤੈਨੂੰ ਠੀਕ ਲੱਗੇ ਉੱਦਾਂ ਹੀ ਚਲੂ ਮੈਂ ਨਾਲ ਤੇਰੇ।
ਮਜ਼ਾਕੀਆ ਜਹੀ ਕੋਈ ਗਲ ਛੇੜ ਲਈਂ
ਖੁੱਲ ਕੇ ਹੱਸਦਾ ਹਾਂ ਮੈਂ ਨਾਲ ਤੇਰੇ
ਛੋਟੇ-ਛੋਟੇ ਜਹੇ ਘੁੱਟ ਭਰਦੇ ਹੋਏ
ਮਿਠੀਆਂ -ਮਿਠੀਆਂ ਬਾਤਾਂ ਹੋਣਗੀਆਂ ਨਾਲ ਤੇਰੇ।
ਤੂੰ ਨੀਵੀਂ ਜਹੀ ਪਾ ਲਈਂ ਇਕ ਪਲ ਲਈ
ਜਦ ਕਰੂੰ ਮੈਂ ਪਿਆਰ ਵਾਲੀ ਗੱਲ ਨਾਲ ਤੇਰੇ।
ਤੈਨੂੰ ਵਾਰ-ਵਾਰ ਕਹੀ ਜਾਣਾ ਕੇ ਹਟਾ ਲੈ
ਇੰਨਾ ਨੂੰ ਜਦ ਵੀ ਚਿਹਰੇ ਤੇ ਆਉਣ ਗੇ ਵਾਲ ਤੇਰੇ।
ਮੈਂ ਤੈਨੂੰ ਕੋਲ ਦੀ ਦੇਖਣਾ ਚਾਹੁੰਦਾ,
ਤੇ ਸਦਾ ਲਈ ਰਹਿਣਾ ਚਾਹੁੰਦਾ ਨਾਲ ਤੇਰੇ
ਆਪਾਂ ਕੋਈ ਫੋਟੋ ਨਹੀਂ ਕਰਨੀ ਇਕੱਠਿਆਂ ਦੀ
ਪਰ ਦਿਲ ਦੀ ਕਿਤਾਬ ਤੇ ਦਿਨ ਲਿਖ ਲੈਣਾ ਨਾਲ ਤੇਰੇ
ਤੂੰ ਆਵੇਂ ਤਾਂ 'ਪਰਮ' ਨੂੰ ਚੰਗਾ ਲੱਗੂ,
ਬਸ ਕੀਮਤੀ ਵਕਤ ਬਿਤਾਉਣਾ ਮੈਂ ਨਾਲ ਤੇਰੇ

60

ਆਖਣ ਲੱਗਾਂ ਹਾਂ

ਆਖਣ ਲੱਗਾਂ ਹਾਂ, ਸ਼ਹਿਰ ਤੇਰੇ ਨੂੰ
ਸਾਡੀ ਆਖਰੀ ਫਤਿਹ ਮਨਜ਼ੂਰ ਕਰਨਾ।
ਨਾ ਤੇਰੇ ਨਾਲ ਨਾ ਤੇਰੇ ਸ਼ਹਿਰ ਨਾਲ ਗਿਲਾ ਕੋਈ,
ਪਰ ਇਕ ਵਾਰੀ ਦਿਲੋਂ ਯਾਦ ਜਰੂਰ ਕਰਨਾ।
ਹੋ ਸਕਿਆ ਤਾਂ ਅਹਿਸਾਸ ਕਰ ਲਈਂ ਮੇਰਾ,
ਉਂਦਾਂ ਨਹੀਉਂ ਤੈਨੂੰ ਮੈਂ ਮਜਬੂਰ ਕਰਨਾ।
ਇੱਕ ਭੁੱਲੇਖੇ ਵਿੱਚ ਜਿੰਦਗੀ ਕੱਢ ਲੈਂਦੀ,
ਛੱਡ ਕੇ ਤਕਦੀਰਾਂ ਉੱਤੇ ਗਰੂਰ ਕਰਨਾ।
ਬਸ ਇੱਕ ਯਾਦ ਨਿਸ਼ਾਨੀ ਬਾਕੀ ਤੇਰੇ ਕੋਲ,
ਦੇਖਿਉ ਭੁੱਲ ਕੇ ਵੀ ਨਾ ਉਨੂੰ ਚੂਰ ਕਰਨਾ।
'ਪਰਮ' ਕੀ ਮਾਣ ਕਰੇ ਇੰਨਾ ਦੌਲਤਾਂ ਤੇ,
ਜਿੰਨਾ ਦੇ ਹੁੰਦਿਆਂ ਨਾ ਸਾਨੂੰ ਮਸ਼ਹੂਰ ਕਰਨਾ।

61

ਤਾਰਿਆਂ ਦੀ ਗਿਣਤੀ

ਸੱਜਣਾ ਕੱਲ ਮਿਲਣ ਦਾ ਕੀਤਾ ਵਾਅਦਾ,
ਰਾਤੀ ਉੱਠ-ਉੱਠ ਗਿਣਦਾ ਰਿਹਾ ਤਾਰੇ ਮੈਂ
ਕਿਤੇ ਸਵੇਰ ਦਾ ਪਤਾ ਹੀ ਨਾ ਲੱਗੇ
ਨਾ ਸੁੱਤਾ ਇਸ ਡਰ ਦੇ ਮਾਰੇ ਮੈਂ।
ਸੱਜਣਾ ਨਾਲ ਸੀ ਮੁਲਾਕਾਤ ਪਹਿਲੀ
ਸੁਪਨੇ ਸਜਾਏ ਬੜੇ ਪਿਆਰੇ ਮੈਂ।
ਰਾਤ ਵੱਡੀ ਹੀ ਹੁੰਦੀ ਜਾਵੇ ਤੇ,
ਕਿੰਨੀ ਵਾਰੀ ਤਾਰੇ ਗਿਣ ਲਏ ਸਾਰੇ ਮੈਂ।
ਉਨਾਂ ਦੇ ਹੱਥਾਂ 'ਚ ਸੀ ਸਵੇਰ ਛੁੱਪੀ,
ਬੜੇ ਲਾਏ ਰਾਤ ਨੂੰ ਸੀ ਲਾਰੇ ਮੈਂ।
ਕਦੇ ਨਹੀਉਂ ਭੁੱਲ ਸਕਦਾ ਉਸ ਰਾਤ ਨੂੰ,
'ਪਰਮ' ਉਹ ਪਲ ਕਿੰਝ ਗੁਜ਼ਾਰੇ ਮੈਂ।

62

ਸਿਤਮਾਂ ਦੀ ਅੱਗ

ਅੱਖੀਆਂ 'ਚ ਅਥਰੂ ਸੁੱਕ ਗਏ ਨੇ।
ਤੇਰੇ ਦਿੱਤੇ ਜ਼ਖਮ ਹੁਣ ਲੁੱਕ ਗਏ ਨੇ।
ਅਸੀਂ ਸਾਰੇ ਗਏ ਹਾਂ ਜਿਨ੍ਹਾਂ ਹੱਥੋਂ
ਦੇਖ ਉਨਾਂ ਅੱਗੇ ਨੈਣ ਅੱਜ ਝੁੱਕ ਗਏ ਨੇ।
ਸਿਤਮਾਂ ਦੀ ਅੱਗ ਸੇਕ-ਸੇਕ ਕੇ
ਸਾਡੇ ਬੁੱਲ ਵੀ ਬੋਲਣੋ ਰੁੱਕ ਗਏ ਨੇ।
ਬੜੇ ਚਾਵਾਂ ਨਾਲ ਲਾਇਆ ਸੀ ਬੂਟਾ ਪਿਆਰ ਦਾ,
ਉਹਦੀ ਟਾਹਣੀ ਤੋਂ ਪੱਤੇ ਟੁੱਟ ਗਏ ਨੇ।
'ਪਰਮ' ਦੇ ਨੈਣ ਪੱਥਰਾ ਗਏ ਤੇ
ਸਾਹ ਵੀ ਨਾਂ ਤੇਰੇ ਤੇ ਆ ਮੁੱਕ ਗਏ ਨੇ।

63

ਦਿਲ ਬਜ਼ਾਰ

ਹਿਜਰਾਂ ਦੇ ਦੁੱਖ ਸਹਿ-ਸਹਿ ਕੇ।
ਦਿਲ ਸਾਡਾ ਬੇਕਾਰ ਹੋ ਗਿਆ।
ਸੋਚਿਆ ਸੀ ਜੋ ਸੁਪਨਾ ਗੈਰਾਂ ਨੇ
ਅੱਜ ਲੱਗੇ ਉਹ ਸਾਕਾਰ ਹੋ ਗਿਆ।
ਡੋਬ ਕੇ ਬੇੜੀ ਸਾਡੇ ਅਰਮਾਨਾਂ ਦੀ,
ਆਪ ਹੱਥ ਫੜ ਗੈਰ ਦਾ ਪਾਰ ਹੋ ਗਿਆ।
ਹਰ ਕੋਈ ਆ ਕੇ ਮੁੱਲ ਲਾ ਜਾਵੇ
ਸਾਡਾ ਦਿਲ ਚੀਜ਼ਾਂ ਵਾਗੂੰ ਬਜ਼ਾਰ ਹੋ ਗਿਆ।
ਜੋ ਹੁੰਦਾ ਸੀ ਕਦੇ, ਅਣਮੁੱਲਾ, ਅੱਜ
ਉਹੀ ਲੱਖਾਂ ਵਿੱਚੋਂ ਹਜ਼ਾਰ ਹੋ ਗਿਆ,
ਤੂੰ ਭਾਵੇਂ ਹੱਸ ਕੇ ਹੀ ਗੱਲ ਕਹੀ ਸਾਨੂੰ
ਪਰ ਸਾਡੇ ਲਈ ਤਾਂ ਉਮਰਾਂ ਦਾ ਖਾਰ ਹੋ ਗਿਆ।

64

ਬਿਰਹੋਂ ਦੀ ਅੱਗ

ਬਿਰਹੋਂ ਦੀ ਅੱਗ ਦਿਨੋ-ਦਿਨ ਮੱਚਦੀ ਰਹੀ।
ਉਹ ਸਾਨੂੰ ਮਕਾਉਣ ਦੀ ਸਾਜ਼ਿਸ਼ਾਂ ਰਚਦੀ ਰਹੀ।
ਅਸੀਂ ਤਾਂ ਮਰਨ ਲਈ ਤਿਆਰ ਖੜ੍ਹੇ ਸਾਂ,
ਪਤਾ ਨਹੀਂ ਕਿਉਂ ਸਾਹਮਣੇ ਆਉਣ ਤੋ ਨੱਸਦੀ ਰਹੀ।
ਸੋਚਿਆ ਸੀ, ਉਹਦੀ ਹਰ ਖਤਾ ਨੂੰ ਮਾਫ ਕਰ ਦੇਣਾ,
ਪਰ ਉਹ ਤਾਂ ਨਜ਼ਰਾਂ ਮਿਲਾਉਣੋਂ ਵੀ ਬਚ ਦੀ ਰਹੀ।
ਹੰਝੂਆਂ ਨਾਲ ਭਰ ਗਏ ਸਾਡੇ ਵਿਹੜੇ ਤੇ,
ਖੁਸ਼ੀਆਂ ਭਰੇ ਮਹਿਲਾਂ 'ਚ ਗੈਰਾਂ ਨਾਲ ਵੱਸਦੀ ਰਹੀ।
ਦੁੱਖ, ਤਕਲੀਫਾਂ ਬਣੀਆਂ 'ਅੰਟਾਲ' ਦੀ ਮੌਤ ਦਾ ਕਾਰਨ,
ਮੈਂ ਤਾਂ ਕੁੱਝ ਨਹੀਂ ਦਿੱਤਾ, ਹਰ ਵਾਰੀ ਦੱਸਦੀ ਰਹੀ।

65

ਜਖਮ ਅੱਲੇ

ਖੁਸ਼ੀਆਂ ਨਾਲ ਸਾਡਾ ਪਿਆ ਵਿਛੋੜਾ,
ਆ ਦੁੱਖਾਂ ਨੇ ਵਿਹੜੇ ਮੱਲੇ।
ਦੋ ਦਿਨਾਂ ਦੀ ਇਸ ਜਿੰਦਗੀ 'ਚ
ਦੁੱਖਾਂ ਦੇ ਸੁਨੇਹੇ ਕਿਸ ਨੇ ਘੱਲੇ।
ਹੱਥ ਅੱਡਿਆਂ ਵੀ ਨਾ ਮੌਤ ਮਿਲੀ,
ਬਸ ਗਮਾਂ ਦੇ ਨਿਸ਼ਾਨ ਹੀ ਸਾਡੇ ਪੱਲੇ।
ਠਹਿਰ ਦੇ ਵੀ ਨਹੀਂ ਹੁਣ ਸਾਂਹ ਮੇਰੇ,
ਦੁੱਖਣ ਲੱਗਦੇ ਜਖਮ ਜੋ ਅੱਲੇ।
ਜ਼ਹਿਰ ਦਾ ਵੀ ਅਸਰ ਨਹੀਉਂ ਹੋਇਆ,
ਉਹਦੇ ਵੀ ਆਖਰ ਤੱਕ ਤਸੀਹੇ ਝੱਲੇ।
ਰੱਬ ਨੇ ਅਜਿਹਾ ਕਹਿਰ ਵਰਮਾਇਆ,
ਉਹਦੇ ਸਾਥ ਹੁੰਦੀਆਂ ਵੀ ਅਸੀਂ ਕੱਲੇ।

66

ਤਕਦੀਰ ਮੈਥੋਂ

ਮੇਰੀ ਤਕਦੀਰ ਮੈਥੋਂ ਰੁੱਸਣਾ ਚਾਹੁੰਦੀ ਏ।
ਮੰਗੀ ਜਾਵਾਂ ਰੱਬ ਤੋਂ, ਪਰ ਮੌਤ ਕਿੱਥੇ ਆਉਂਦੀ ਏ।
ਨਿਕਲਦੀ ਨਾ ਜਾਨ ਮੇਰੀ ਹੁਣ ਤਾਂ
ਸਿਰਫ ਸੋਚਾਂ ਵਿੱਚ ਹੀ ਡਰਾਉਂਦੀ ਏ।
ਰੱਬ ਵੀ ਜਾਣਦਾ ਤੇ ਉਹ ਵੀ ਇਹ ਗੱਲ ਜਾਣੇ,
ਜਾਣ-ਬੁੱਝ ਕੇ ਹਰ ਗੱਲ ਤੇ ਰੁਸਾਉਂਦੀ ਏ।
ਮੁੱਕ ਜਾਣਾ ਮੈਂ, ਉਸ ਵੱਲ ਜਾਂਦਾ-ਜਾਂਦਾ,
ਜਦ ਵੀ ਆਪਣੇ ਕੋਲ ਬੁਲਾਉਂਦੀ ਏ।
ਨਸ਼ਿਆਂ 'ਚ ਨਾ ਹੁਣ ਉਹ ਦਮ ਰਿਹਾ,
ਮਾਰਨ ਲਈ ਜਦ ਉਹ ਨੈਣਾਂ 'ਚੋ ਪਿਲਾਉਂਦੀ ਏ।

67

ਕੋਹੜੀ ਨਸ਼ਾ

ਲੱਖਾਂ ਸੁੱਖਾਂ ਬਾਦ ਉਸ ਘਰੇ ਚਾਨਣ ਹੋਇਆ।
ਲਾਡਾਂ-ਚਾਵਾਂ ਵਿੱਚ ਪਲ ਕੇ ਉਹ ਵੱਡਾ ਹੋਇਆ।
ਪੁੱਤ ਨੂੰ ਵੇਖ ਮਾਪਿਆਂ ਦੇ ਚਿਹਰੇ ਖਿਲ ਜਾਂਦੇ ਪਰ,
ਜਵਾਨੀ ਵਿੱਚ ਪੈਰ ਧਰ ਜਦ ਉਸ ਆਪਾ ਖੋਇਆ।
ਨਿੱਤ ਦਾ ਖਾਣਾ-ਪੀਣਾ ਬਣ ਗਈ ਉਹਦੀ ਆਦਤ
ਇਹ ਕੋਹੜ ਨਹੀਂ ਸੀ ਜੋ ਜਾਂਦਾ ਕਿਸੇ ਤੋਂ ਲਕੋਇਆ।
ਪਹਿਲਾਂ ਸੁਆਦ ਲਈ ਉਹਦੇ ਹਾਣੀ ਸਨ ਕਹਿੰਦੇ,
ਹੁਣ ਜਦ ਸੁਆਦ ’ਚ ਹੀ ਓਹੀ ਓਵਰ ਡੋਜ਼ ਹੋਇਆ।
ਹਾਣੀ ਬਣ ਗਏ, ਉਸਦੇ ਮੌਤ ਦੇ ਗਣੀ ਤੇ
ਜਿੰਨਾਂ ਘਰ ਦਾ ਆਖਰੀ ਵਾਰਿਸ ਜੋ ਖੋਇਆ।
ਜੰਮਣ ਤੇ ਜਿੰਨਾ ਸੀ ਉਹ ਹੱਸੇ,
ਮੌਤ ਪਿੱਛੋਂ ਉਹ ਘਰ ਉੰਨਾ ਹੀ ਰੋਇਆ।

68

ਅਸਾਂ ਬਦਨਾਮ

ਹੋਇਆ ਕੀ ਜੇ ਅੱਜ ਸਾਨੂੰ ਕੋਈ ਜਾਣਦਾ ਨਈ,
ਜਿੱਦਣ ਹੋਈ ਮੇਹਰ ਨਜ਼ਰੀਂ ਸਭ ਦੇ ਚੜ ਜਾਣਾ।
ਨਹੀਉਂ ਰੋਸ ਰਹਿੰਦਾ ਫੇਰ ਸਾਨੂੰ ਬਦਨਾਮੀ ਦਾ,
ਜਦ ਵੈਰੀਆਂ ਦੇ ਸੀਨੇ ਸੱਪ ਵਾਗੂੰ ਲੜ ਜਾਣਾ।
ਕਰਨਗੇ ਫੇਰ ਉਹੀ ਸਾਡੀਆਂ ਉਡੀਕਾਂ ਰਾਹਾਂ ਤੇ,
ਉਹ ਰਾਹਾਂ ਤੋਂ ਤੁਰ ਗਏ ਨੇ ਕਦੇ ਨਹੀਉਂ ਆਣਾ।
ਹੰਝੂਆਂ ਦੀਆਂ ਲੜੀਆਂ ਨਾ ਰੋਕਿਆਂ ਰੁੱਕਣੀਆਂ,
ਜਦ ਏਸ ਬਦਨਾਮ ਦੀਆਂ ਯਾਂਦਾ ਫੇਰਾ ਪਾਣਾ।
ਰੱਬ ਅਬਾਦ ਰੱਖੇ 'ਪਰਮ' ਚੰਗੀਆਂ ਰੂਹਾਂ ਨੂੰ,
ਅਸਾਂ ਬਦਨਾਮੀ ਦਾ ਸਿਹਰਾ ਬੰਨ੍ਹ ਮਿੱਟੀ ਬਣ ਰਹਿ ਜਾਣਾ।

69

ਕੋਈ ਸ਼ਿਕਵਾ ਨਹੀਂ

ਜਦ ਤੁਰਨਾ ਨਹੀਂ ਸੀ ਆਉਂਦਾ,
ਤਦ ਹਰ ਕੋਈ ਗੋਦੀ ਚੁੱਕਦਾ ਸੀ।
ਜਿਸ ਦਿਨ ਦਾ ਤੁਰਨਾ ਸਿੱਖਿਆ ਏ,
ਹੁਣ ਥਾਂ-ਥਾਂ ਡਿੱਗਦੇ ਫਿਰਦੇ ਆਂ।
ਸਾਨੂੰ ਕਿਸੇ ਦਾ ਕੀ ਸ਼ਿਕਵਾ ਅਸੀਂ ਤਾਂ,
ਸਾਰਿਆਂ ਦੇ ਗੁਨਹੇਗਾਰ ਹੋਏ ਫਿਰਦੇ ਆਂ।
ਕਿਸੇ ਨੂੰ ਸੁੱਖ ਕੀ ਦੇਣਾ,
ਆਪ ਦੁੱਖਾਂ 'ਚ ਬਰਬਾਦ ਹੋਏ ਫਿਰਦੇ ਆਂ।
'ਪਰਮ' ਨੇ ਕਿਸੇ ਦਾ ਮਾੜਾ ਨਹੀਂ ਕੀਤਾ।
ਫਿਰ ਵੀ ਬਦਨਾਮ ਹੋਏ ਫਿਰਦੇ ਆਂ।
ਬਹੁਤ ਕੁੱਝ ਚਾਹਿਆ ਸੀ ਜਿੰਦਗੀ ਤੋਂ,
ਹੁਣ ਮਿੱਟੀ ਦੇ ਸਮਾਨ ਹੋਏ ਫਿਰਦੇ ਆਂ।
ਬਸ ਇੱਕ ਨਸ਼ਾ ਕੀਤਾ ਸੱਜਣਾ ਨੂੰ ਵੇਖਣ ਦਾ,
ਅੱਜ ਹਰ ਨਸ਼ੇ ਦੇ ਗੁਲਾਮ ਹੋਏ ਫਿਰਦੇ ਆਂ।

70

ਭਰੇ ਭਰਾਏ

ਜ਼ਿੰਦਗੀ ਮੇਰੀ ਦੇ ਦਿਨ ਨੇ ਥੋੜੇ,
ਆਉਂਦੀ ਰੁੱਤ 'ਚ ਅਸਾਂ ਤੁਰ ਜਾਣਾ।
ਨਹੀਂ ਪਰਵਾਹ ਕਿਸੇ ਨੂੰ ਸਾਡੇ ਪਿਆਰਾਂ ਦੀ,
ਅਸਾਂ ਭਰੇ ਭਰਾਏ ਹੀ ਇੱਥੋਂ ਮੁੜ ਜਾਣਾ।
ਲੇਖਾ ਦੇਵਾਂਗੇ ਰੱਬ ਨੂੰ ਬੇਵਫਾਈਆਂ ਦਾ,
ਨਾਂ ਸਾਡਾ ਵੀ ਫੇਰ ਉਸ 'ਚ ਜੁੜ ਜਾਣਾ।
ਜਿਉਂਦਿਆਂ ਦੀ ਨਾ ਕਦਰ ਕੀਤੀ ਸਾਡੀ ਤੇ
ਪਿਆਰ ਨੂੰ ਤਰਸਦੀ ਸੁਆਹ ਨੇ ਵੀ ਰੁੜ ਜਾਣਾ।
ਕਿੰਨੀਆਂ ਸ਼ਕਲਾਂ ਸਨ, ਜਿਨ੍ਹਾਂ ਨੂੰ ਚਾਹਿਆ,
ਅੰਤ ਵਿੱਚ ਜਾ ਕੇ ਸਭ ਨੇ ਥੁੜ ਜਾਣਾ,
ਉਸ ਪੱਥਰ ਦਿਲ ਨੂੰ ਕੀ ਫਰਕ ਪੈਣਾ,
ਮੈਂ ਤਾਂ ਪਤਾਸੇ ਵਾਗੂੰ ਇਕ ਦਿਨ ਖੁਰ ਜਾਣਾ।
ਨਹੀਓਂ ਰੱਖਦਾ ਫੇਰ ਯਾਦ ਆਸਾਂ ਨੂੰ ਜਾਣਦੇ ਹਾਂ,
ਚੇਤੇ ਕਰ-ਕਰਕੇ ਉਨ੍ਹੂੰ ਰੂਹ ਨੇ ਵੀ ਮੁੱਕ ਜਾਣਾ।

71

ਸ਼ਹਿਰ ਤੇਰਾ

ਤੇਰੇ ਸ਼ਹਿਰ ਨੂੰ ਅਲਵਿਦਾ ਕਹਿ ਬੜਾ ਪਛਤਾਵਾਂਗੇ।
ਸ਼ਾਇਦ ਜੋ ਪਹਿਲਾਂ ਨਾ ਕੀਤਾ ਹੁਣ ਕਰ ਜਾਵਾਂਗੇ।
ਨਜ਼ਦੀਕੀਆਂ ਬਣ ਗਈਆਂ ਭਾਵੇਂ ਕਮਜੋਰੀਆਂ,
ਰੱਬ ਨੇ ਚਾਹਿਆ, ਫੇਰ ਰੂਹਾਂ ਨੂੰ ਕਿਸੇ ਮੋੜ ਤੇ ਮਿਲਾਵਾਂਗੇ।
ਤੇਰੇ ਸ਼ਹਿਰ ਤੇ ਨਾ ਕੋਈ ਦੁੱਖ-ਤਕਲੀਫ ਆਵੇ,
ਆਪਣੇ ਹਿੱਸੇ ਦੀ ਖੁਸ਼ੀਆਂ ਵੀ ਇੱਥੇ ਮੋੜ ਲਿਆਵਾਂਗੇ।
ਨਾ ਜਾਣੇ ਕਿਉਂ ਹੁਣ ਓਪਰਾ ਜਿਹਾ ਜਾਪੇ ਸ਼ਹਿਰ,
ਜਿੱਥੇ ਸੋਚਿਆ ਸੀ ਅਰਮਾਨਾਂ ਦਾ ਮਹਿਲ ਬਣਾਵਾਂਗੇ।
ਜਦ ਤੂੰ ਹੀ ਨਾ ਰਹਿਣਾ ਇਦੇ ਮਹਿਲਾਂ ’ਚ,
ਤਾਂ ਦੱਸ ਅਸੀਂ ਇੱਥੇ ਕਿਵੇਂ ਰਹਿ ਪਾਵਾਂਗੇ।
ਚਲੇਗੀ ਜਦ ਵੀ ਹਵਾ ਵਫਾ ਦੀ ਰਾਹਾਂ ਤੇ,
‘ਅੰਟਾਲ’ ਸੱਚ ਜਾਣੀ ਇੱਕ ਵਾਰ ਤਾਂ ਜ਼ਰੂਰ ਯਾਦ ਆਵਾਂਗੇ।

72

ਵਿਛੋੜਾ

ਨਵਿਆਂ ਦੇ ਸੰਗ ਲੱਗ ਕੇ
ਨਾ ਭੁੱਲ ਜਾਵੀਂ ਪੁਰਾਣੇ ਯਾਰਾਂ ਨੂੰ।
ਬਸ ਇੱਕ ਚੇਤਾ ਜਿਹਾ ਹੀ ਰੱਖੀਂ ਭਾਵੇਂ।
ਪਰ ਭੁੱਲੀ ਨਾ ਮਾਣੀਆ ਮੌਜ ਬਹਾਰਾਂ ਨੂੰ।
ਵਿਛੜਨਾ ਤਾ ਜੱਗ ਦਾ ਦਸਤੂਰ ਮਨਾ,
ਵਕਤ ਨਾਲ ਦੂਰ ਹੋਣਾ ਪੈਂਦਾ ਡਾਰਾਂ ਨੂੰ।
ਮੁੜ ਤੇਰੇ ਕੋਲ ਆਉਣ ਦਾ ਹੌਂਸਲਾ ਨਾ ਹੋਇਆ,
ਉੱਤੋਂ ਤੂੰ ਵੀ ਨਾ ਸਮਝ ਸਕੀ ਸਾਰਾਂ ਨੂੰ।
ਕੋਈ ਮਾਖਤਾ ਨਹੀਂ ਤੈਥੋਂ ਸਾਨੂੰ,
ਭਰ ਲਵਾਂਗੇ ਯਾਦ ਨਾਲ ਸੱਟਾਂ ਦੀ ਦਰਾਰਾਂ ਨੂੰ।
ਸਾਨੂੰ ਆਖਰੀ ਵਾਰ ਦੇਖਣ ਤੂੰ ਨਹੀਂ ਆਈ,
ਕਦੇ ਵਕਤ ਮਿਲਿਆ ਆਜੀ ਵੇਖਣ ਮਜਾਰਾਂ ਨੂੰ।

73

ਖੁਸ਼ਨੁਮਾ ਚਿਹਰੇ

ਕਿਤੇ ਬਲ ਰਹੇ ਨੇ ਦੀਵੇ, ਕਿਤੇ ਪਿਆ ਉਜਾੜ।
ਬੰਦਾ ਹੀ ਬੰਦੇ ਨੂੰ ਢੇਰੀਆਂ ਵਾਗੂੰ ਰਿਹਾ ਸਾੜ।
ਕੁਦਰਤ ਦਾ ਕਹਿਰ ਹੀ ਕਹਿ ਲਉ,
ਕਿਵੇਂ ਪੈ ਗਿਆ ਦਿਲਾਂ 'ਚ ਪਾੜ।
ਖੁਸ਼ਨੁਮਾ ਚਿਹਰੇ ਘੱਟਦੇ ਹੀ ਜਾਵਣ
ਬਹੁਤਿਆਂ ਲਈ ਕਹਿਰ ਬਣ ਆਇਆ ਹਾੜ।
ਕੁਦਰਤ ਦੀ ਸੁੰਦਰਤਾ ਰੱਬ ਨੇ ਆਪ ਬਣਾਈ,
ਬੰਦਾ ਔਖਾ ਹੀ ਹੁੰਦਾ ਜਦੋਂ ਪੈਸੇ ਦੀ ਲੈਂਦਾ ਆੜ।
ਉੱਚੇ ਮਕਾਨ ਹੋਰ ਉੱਚੇ ਹੋਈ ਜਾਣ
ਉੱਚਾ ਬੈਠ ਨੀਂਵੇਆਂ ਨੂੰ ਰਹੇ ਨੇ ਤਾੜ।
ਕੁਝ ਵੀ ਸਹੀ ਨਹੀਂ ਹੋ ਰਿਹਾ ਸਭ ਜਾਣਦੇ,
'ਪਰਮ' ਅੱਖ ਬਚਾ ਲੰਘ ਜਾਂਦੇ ਤੇ ਪੱਲਾ ਲੈਂਦੇ ਝਾੜ।

74

ਅਫਵਾਹ ਪੱਕੀ ਏ

ਖਿਲਰੇ ਪਏ ਦਾਣੇ
ਜੁਆਕ ਵੀ ਨਾ ਹੋਏ ਸਿਆਣੇ
ਅਫਵਾਹ ਪੱਕੀ ਏ ਮੈਨੂੰ ਤਬਾਹੀ ਦੀ
ਦਫਨ ਹੋਏ ਲੋਕਾਂ ਦੀ ਰਿਹਾਈ ਦੀ
ਵਗਦਾ ਪਾਣੀ ਵੀ ਹੁਣ ਮੁੜਦਾ ਜਾਪੇ।
ਦਾਨ-ਪੁੰਨ ਵੀ ਕੁਝ-ਕੁਝ ਖੁੜਦਾ ਜਾਪੇ।
ਪੇਟ ਭਰੇ ਨਾ ਵੱਡਿਆਂ ਦਾ ਦੌਲਤਾਂ ਨਾਲ
ਗਰੀਬ ਦਾ ਭਰੇ ਨਾ ਦੋ ਵਕਤੀ ਰੋਟੀ ਨਾਲ।
ਰੱਖ ਲੋ ਜੋੜ ਕੇ ਸਭ ਖੂਹ ਖਾਤੇ ਜਾਣਗੀਆਂ।
ਚੰਗੇ ਕਰਮ ਤੇ ਪੁੰਨ ਹੀ ਨੇ ਜੋ ਨਾਲ ਜਾਣਗੀਆਂ
ਕੁਝ ਬੰਦਿਆ ਕਰਕੇ ਸਭ ਹੋ ਰਹੇ ਬਦਨਾਮ
ਰੱਬ ਦੀ ਕਚਹਿਰੀ ਅੱਗੇ ਹੋ ਰਹੇ ਨਿਲਾਮ
'ਪਰਮ' ਇਕੋ ਧਰਮ ਤੇ ਜਾਤ ਹੈ ਸਭ ਦੀ
ਬਸ ਪੱਲੇ ਬੰਨ ਕੇ ਚੱਲੋ ਏਹ ਗੱਲ ਰੱਬ ਦੀ

75

ਖਾਬ ਖੋ ਗਿਆ

ਕਲਮ ਫੜ ਕੇ ਮੈਂ ਲਿਖਦਾ ਗਿਆ
ਗਲਤੀਆਂ ਕਰ-ਕਰ ਸਿਖਦਾ ਗਿਆ
ਕੁਝ ਅਣਗੌਲੇ ਹੋਏ ਗਮ ਮੇਰੇ ਨਜਰੀ ਪੈ ਗਏ
ਉਹ ਨੇੜੇ ਆ ਮੇਰੇ ਅੱਖਰਾਂ ਵਿੱਚ ਲਹਿ ਗਏ
ਇੱਕ ਘਰ ਦੇ ਰੋਸੇ ਦੂਜਾ ਸੱਜਣਾਂ ਤੋਂ ਦੂਰੀਆਂ
ਦੋਨਾ ਗੱਲਾਂ ਕਰਕੇ ਸੱਧਰਾਂ ਰਹੀਆਂ ਅਧੂਰੀਆਂ
ਫ਼ਰਜ਼ਾਂ ਦਾ ਕਾਫਲਾ ਜਦ ਮੇਰੇ ਕੋਲ ਦੀ ਲੰਘਿਆ
ਫੇਰ ਪਾਸਾ ਵੱਟਣ ਤੋਂ ਜਮਾ ਨਹੀਉਂ ਸੰਗਿਆ
ਕਰ ਗਿਆ ਸੀ ਕਤਲ ਕੋਈ ਮੇਰੀ ਤਕਦੀਰ ਦਾ
ਰੌਲਾ ਹੀ ਮੁੱਕਾ ਗਿਆ ਸੀ ਹੱਥ ਦੀ ਲਕੀਰ ਦਾ
"ਖਾਬ ਖੋ ਗਿਆ" ਦਾ ਵਹਿਮ ਪਾਲ ਲਿਆ
ਪਿੱਛੇ ਨੂੰ ਸੋਚ ਸਾਲ ਇਕ ਹੋਰ ਗਾਲ ਲਿਆ।

76

ਦੁੱਖਾਂ ਵਾਲੇ ਰਾਹ

ਦੁੱਖਾਂ ਵਾਲੇ ਰਾਹ
ਫੜੇ ਨਾ ਕਿਸੇ
ਹੋ ਕੇ ਕੱਲੇ
ਯਾਦਾਂ ਨੇ ਪੱਲੇ
ਕਰੀ ਜਾਂਦੀਆਂ ਤਬਾਹ
ਮੰਨ ਰੱਬ ਦੇ ਭਾਣੇ
ਉਦੀਆਂ ਓਹੀਓ ਜਾਣੇ
ਅੱਜ ਨੇੜੇ ਕੱਲ ਦੂਰ
ਇਹੀ ਦੁਨੀਆਂ ਦਾ ਦਸਤੂਰ
ਦਿਲ ਸਮਝਾਉਣਾ ਪੈਣਾ
ਇਕ ਪਾਸੇ ਲਾਉਣਾ ਪੈਣਾ
ਉਹ ਛੱਡ ਗਏ ਨੇ
ਹੋ ਅੱਡ ਗਏ ਨੇ
ਹੁਣ ਵਾਪਿਸ ਆਉਣਾ ਪੈਣਾ
ਗਿਲੇ ਸ਼ਿਕਵੇ ਬੜੇ ਹੋਣਗੇ
ਸੂਲਾਂ ਵਾਗੂੰ ਜੜੇ ਹੋਣਗੇ
ਦਿਲ ਬੜਾ ਰੋਂਦਾ ਏ
ਦੁੱਖੜੇ ਸੁਣਾਉਂਦਾ ਏ
ਉਹ ਕਿਹੜਾ ਤੇਰੇ ਵਾਗੂੰ ਅੜੇ ਹੋਣਗੇ
ਸਫਰ ਔਖਾ

ਮਿਲ ਗਿਆ ਧੋਖਾ
ਕਿਸਦਾ ਇਤਬਾਰ ਕਰੇ
ਕਿਸ ਲਈ ਇੰਤਜਾਰ ਕਰੇ
ਪਿਆਰ-ਵਿਆਰ ਸਭ ਧੋਖਾ

77

ਸੱਜਣ ਹੋਏ ਦਿਆਲ

ਔੜਾਂ ਦੇ ਖਿਆਲ ਜੀਣ ਨਹੀਉਂ ਦਿੰਦੇ
ਸੱਜਣ ਹੋਏ ਦਿਆਲ ਜੀਣ ਨਹੀਉਂ ਦਿੰਦੇ
ਕਿੱਦਾਂ ਦਵੇ ਧਿਆਨ 'ਪਰਮ' ਦੁਨੀਆਂ ਵੱਲ
ਸਾਨੂੰ ਤਾਂ ਜ਼ੁਲਫਾਂ ਦੇ ਜਾਲ ਜੀਣ ਨਹੀਉਂ ਦਿੰਦੇ
ਵਿਹਲ ਮਿਲੇ ਤਾਂ ਕੁਝ ਹੋਰ ਕਰੀਏ
ਚੜਦੇ ਨਵੇਂ ਸਾਲ ਜੀਣ ਨਹੀਉਂ ਦਿੰਦੇ
ਹਾਸਿਲ ਕਰ ਲਈ ਖੁਸ਼ੀ ਏਸ ਜਨਮ ਦੀ
ਸੱਜਣ ਜੋ ਬੈਠੇ ਨਾਲ ਜੀਣ ਨਹੀਉਂ ਦਿੰਦੇ
ਸੌਖੀ ਕੱਟ ਰਹੀ ਸੀ ਵਾਂਗ ਵਗਦੇ ਪਾਣੀਆਂ
ਜਾਣ-ਬੁੱਝ ਕੀਤੇ ਮਲਾਲ ਜੀਣ ਨਹੀਉਂ ਦਿੰਦੇ
ਤੜਫ-ਤੜਫ ਮਰ ਜਾਣਾ ਇਕ ਦਿਨ
ਸਾਡੇ ਏਹ ਮੰਦੜੇ ਹਾਲ ਜੀਣ ਨਹੀਉਂ ਦਿੰਦੇ

ਇਸ਼ਕੇ ਦੇ ਰੁੱਖ

ਸਾਨੂੰ ਪਾਲਣੇ ਆਏ ਨਾ
ਇਸ਼ਕੇ ਦੇ ਰੁੱਖ ਯਾਰਾ
ਦੁੱਖਾਂ ਤੋਂ ਜੇ ਵੇਹਲ ਮਿਲੇ
ਤਾਂ ਮਾਣਿਏ ਸੁੱਖ ਯਾਰਾ
ਰੁੱਤਾਂ ਬੀਤ ਗਈਆਂ ਜਾਂ
ਮੌਕਾ ਸੰਭਲਿਆ ਨਾ
ਹੁਣ ਮਿਟਾਇਆਂ ਮਿਟ ਦੀ ਨਾ
ਨੈਣਾਂ ਦੀ ਭੁੱਖ ਯਾਰਾ
ਦੱਸ ਹੀ ਦਓ ਕੋਈ
ਜਾ ਕੇ ਸੱਜਣਾ ਨੂੰ
ਜਿੰਦ ਸਾਡੀ ਕਿਵੇਂ
ਰਹੀ ਏ ਧੁੱਖ ਯਾਰਾ
ਸਭ ਆਸ਼ਕਾਂ ਦੇ
ਸੱਜਣ ਨਾਲ-ਨਾਲ ਤੁਰਦੇ
ਸਾਨੂੰ ਦਿਸਦਾ ਵੀ
ਨਾ ਤੇਰਾ ਮੁੱਖ ਯਾਰਾ
ਮਾਣ ਹੋਜੂ ਤੇਰੇ ਤੇ
ਜੇ ਕਿਤੇ ਤੂੰ ਮੁੜ ਆਵੇਂ
ਲੋਕਾਂ ਦੇ ਕਾਲਜੇ
ਜਾਣਗੇ ਫੁੱਕ ਯਾਰਾ

ਪਹਿਲਾ ਦਿਨ, ਫੇਰ ਮਹੀਨੇ
ਤੇ ਸਾਲ ਵੀ ਜਾਣਗੇ ਬੀਤ
'ਪਰਮ' ਰੱਖੂ ਸਾਂਭ ਕੇ
ਤੇਰੀ ਯਾਦਾਂ ਦਾ ਮਿੱਸਾ ਟੁੱਕ ਯਾਰਾ

79

ਪਰਾਂਤ ਆਟੇ ਵਾਲੀ

ਪਰਾਂਤ ਪਈ ਆਟੇ ਦੀ, ਨਾਲੇ ਪਿਆ ਵੇਲਣਾ
ਤਰਕਾਲਾਂ ਪੈ ਗਈਆਂ, ਉਹਦਾ ਮੁਕਿਆ ਨੀ ਸੀ ਖੇਲਣਾ
ਮੱਥੇ ਤੇ ਫਿਕਰ ਦੀਆਂ ਤਰੇਲਾਂ ਦਾ ਹਕੂਮ ਏ
ਅਣਹੋਣੀ ਨਾ ਵਾਪਰ ਜੇ ਮੇਰਾ ਲਾਲ ਅਜੇ ਮਾਸੂਮ ਏ
ਇਸੇ ਸੋਚਾਂ 'ਚ ਬੱਚਾ ਆਣ ਦਹਿਲੀਜੇ ਖਲੋਇਆ
ਤੱਕ ਕੇ ਮਾਂ ਦਾ ਦਿਲ ਖੁਸ਼ੀ ਨਾਲ ਰੋਇਆ
ਹੁਣ ਗੁੱਸਾਂ ਤੇ ਪਿਆਰ ਦੋਨਾ ਵਿਚਕਾਰ ਆਣ ਫਸੀ
ਝਿੜਕਾਂ ਜਾਂ ਲਾਡ ਕਰਾਂ, ਖਿਆਲ ਕਰਨ ਰੱਸਾ-ਕੱਸੀ
ਆਖਰ 'ਪਰਮ' ਨੂੰ ਉਸ ਗਲ ਨਾਲ ਲਾ ਲਿਆ
ਮੈਨੂੰ ਹੱਸਦਾ ਵੇਖ ਆਪਣਾ ਮਨ ਸਮਝਾ ਲਿਆ

80

ਗੁੰਮ ਹੋਏ ਜਜ਼ਬਾਤ

ਸ਼ਾਇਰ ਦੇ ਗੀਤਾਂ ਦਾ ਤੂੰ ਸ਼ਹਿਰ ਬਣ ਜਾ
ਦਿਲ ਮੇਰੇ ਨੂੰ ਛੂਹਈ ਐਸੀ ਲਹਿਰ ਬਣ ਜਾ
ਗੁੰਮ ਹੋਏ ਜਜ਼ਬਾਤਾਂ ਨੂੰ ਮੈਂ ਮੋੜ ਲਿਆਵਾਂ
ਠੰਡੀ ਜਾਂ ਕੋਸੀ ਦੁਪਹਿਰ ਬਣ ਜਾ
ਬੁੱਕਾਂ ਵਿੱਚ ਤੈਨੂੰ ਬੋਚੀ ਜਾਵਾਂ
ਮੇਰੇ ਸੱਧਰਾਂ ਦੀ ਵਗਦੀ ਨਹਿਰ ਬਣ ਜਾ
ਸਿੱਧੀ ਗੱਲ ਤੈਨੂੰ 'ਪਰਮ' ਨੇ ਕਹਿਣੀ
ਸੌਖੀ ਲੰਘ ਰਹੀ ਏ, ਮੇਰੇ ਉੱਤੇ ਕਹਿਰ ਬਣ ਜਾ

81

ਵਕਤੀ ਤਕਾਜਾ

ਨੈਣਾਂ ਤੇਰਿਆਂ ਦਾ ਸਮੰਦਰ ਬੜਾ ਡੂੰਘਾ,
ਤੇ ਮੈਨੂੰ ਤੈਰਨਾ ਨਹੀਂ ਆਉਂਦਾ।
ਖਿਲਾਫ ਨਾ ਹੋ ਜਾਵਾਂ ਕਾਇਨਾਤ ਦੇ,
ਚੰਦਰਾ ਦਿਲ ਰਹੇ ਮੈਨੂੰ ਸਮਝਾਉਂਦਾ
ਆਉਂਦੇ ਜਾਦਿਆਂ ਨੂੰ ਕਰੇ ਟਿੱਚਰਾਂ,
ਨੀ ਤਿੱਲ ਤੇਰੀ ਗੱਲ੍ਹ ਦਾ।
ਸੁਖਾਵਾਂ ਹੋ ਜਾਵੇ ਮੇਰਾ ਅੱਜ,
ਨਹੀਂਉ ਪਤਾ ਮੈਨੂੰ ਕੱਲ੍ਹ ਦਾ।
ਕੈਦ ਨਾ ਕਰ ਲਵੇ ਬੱਦਲਾਂ ਨੂੰ,
ਤੇਰੇ ਜੁਲਫਾਂ ਦਾ ਜਾਲ,
ਖੌਰੇ ਕੋਈ ਹੋਰ ਖੂਬੀ ਮਿਲ ਜੇ,
ਮੈਂ ਬੈਠਣਾ ਚਾਵਾਂ ਤੇਰੇ ਨਾਲ।
ਵਕਤ ਦਾ ਤਕਾਜ਼ਾ ਏ,
ਤੈਨੂੰ ਮਹਿਫਲਾਂ 'ਚ ਗਾ ਨਹੀਉਂ ਸਕਦਾ,
ਮੁੱਕਦੀ ਏ ਗੱਲ 'ਪਰਮ' ਤੇਰੇ ਨੇੜੇ ਆ ਨਹੀਉਂ ਸਕਦਾ

82

ਵਾਕਿਫ ਨਹੀਂ ਹਾਂ

ਔੜ ਜਾਂਦੇ ਨੇ ਲਫਜ ਬਸ ਤੈਨੂੰ ਤੱਕ ਕੇ
ਲਿਖ ਲੈਨਾ ਹਾਂ ਫੇਰ ਕਲਮ ਨੂੰ ਚੱਕ ਕੇ
ਵਾਕਿਫ ਨਹੀਂ ਹਾਂ ਭਾਵੇਂ ਤੇਰੇ ਜਜ਼ਬਾਤਾਂ ਤੋਂ
ਕੋਈ ਗੱਲ ਨਹੀਂ ਮੈਂ ਪੁੱਛ ਲਊਂ ਬਰਸਾਤਾਂ ਤੋਂ
ਹਰ ਕੋਈ ਜਾਣੇ ਟਿਕਾਣਾ ਫੁੱਲਾਂ ਦਾ
ਸਵਰਗ ਦਾ ਨਜ਼ਾਰਾ ਖੁੱਲਣਾ ਤੇਰੇ ਬੁੱਲਾਂ ਦਾ
ਕੋਸ਼ਿਸ਼ 'ਪਰਮ' ਦੀ ਕੇ ਤੈਨੂੰ ਨੇੜਿਓ ਨਿਹਾਰ ਲਵਾਂ
ਪਹਿਲੀ ਤੇ ਆਖਰੀ ਖਵਾਹਿਸ਼ ਤੈਨੂੰ ਗ਼ਜ਼ਲਾਂ 'ਚ ਉਤਾਰ ਲਵਾਂ।

83

ਲੰਬਾ ਸਫਰ

ਵੇਖੀਂ ਕਿਤੇ ਹੀਰ ਦੇ ਰਾਹ ਨਾ ਤੁਰ ਜਾਵੀਂ,
ਮੈਂ ਫੜ੍ਹ ਕੇ ਬਹਿ ਜਾਊਂ ਕਾਸਾ ਨੀ।
ਵਾਦੇ ਕੀਤੇ ਨੇ ਅਸਾਂ ਸੱਚਿਆਂ ਪਿਆਰਾਂ ਦੇ
ਡਰ ਕੇ ਨਾ ਕਰ ਬੈਠੀ ਭਰਾਵਾਂ ਦਾ ਪਾਸਾ ਨੀ
ਰਾਂਝੇ ਦਾ ਪਿਆਰ ਜਿੰਨਾ ਨਿੱਭਦਾ ਸੀ ਨਿੱਭ ਗਿਆ
ਸਾਡੇ ਦਾ ਨਾ ਬਣਾ ਦੇਵੀਂ, ਜੱਗ ਵਿੱਚ ਹਾਸਾ ਨੀ
ਮੁਕਾਉਣਾ ਅਜੇ ਲੰਬਾ ਸਫਰ ਜਿਦੰਗੀ ਦਾ,
ਪੱਲੇ ਪਾ ਜਾਵੀਂ ਨਾ, ਉਮਰਾਂ ਦੀ ਨਿਰਾਸ਼ਾ ਨੀ
ਤੇਰੀ ਸੁੱਖ ਨਾਲ ਦਿਲ ਤਾਂ ਪਹਿਲਾਂ ਹੀ ਜਖਮੀ
ਨਹੀਉਂ ਦੇਣਾ ਫੇਰ ਕਿਸੇ 'ਪਰਮ' ਨੂੰ ਦਿਲਾਸਾ ਨੀ

84

ਛੱਡ ਜਾਣ ਵਾਲੇ

ਛੱਡ ਜਾਣ ਵਾਲਿਆਂ ਦਾ ਕੁੱਝ ਨਹੀਉਂ ਜਾਂਦਾ,
ਦੁੱਖਾਂ ਵਿੱਚ ਜਿੰਦ ਤਾਂ ਸਾਡੀ ਘਿਰਦੀ ਏ।
ਦਿਨ ਨਾ ਫੇਰ ਲੰਘਾਇਆ ਲੰਘਦੇ,
ਜਦ ਸੱਜਣਾਂ ਤੋਂ ਅੱਖ ਸੱਜਣਾ ਦੀ ਫਿਰਦੀ ਏ।
ਕਿਹੜਾ ਚੁੱਕ ਕੇ ਸੀਨੇ ਨਾਲ ਲਗਾਵੇ
ਜਦ ਕੋਈ ਚੀਜ ਆਪਣੀ ਨਜ਼ਰਾਂ ਤੋਂ ਗਿਰਦੀ ਏ।
ਲਾਉਣ ਵੇਲੇ ਤਾਂ ਜਾਨ ਤੱਕ ਦੇ ਵਾਦੇ ਹੋ ਜਾਂਦੇ,
ਦੂਰ ਹੋ ਜਾਣ ਉਹ, ਗਲ ਹੁੰਦੀ ਜਦੋਂ ਸਿਰ ਦੀ ਏ।
ਜਿਨੂੰ ਬੜੇ ਚਾਵਾਂ ਨਾਲ ਲੰਘਾਇਆਂ ਅਸਾਂ ਕੰਢੇ,
ਬੜਾ ਦੁੱਖ ਹੁੰਦਾ, ਜਦ ਉਹ ਗੈਰਾਂ ਸੰਗ ਰਿੜਦੀ ਏ,
ਬੇਵਕਤ ਐਵੇਂ ਹੀ ਯਾਦ ਆ ਜਾਵੇ ਉਸਦੀ
'ਪਰਮ' ਭਾਵੇਂ ਬਣ ਚੁੱਕੀ ਗੱਲ ਚਿਰਦੀ ਏ।

85

ਚੱਕਵਾਂ ਟਰੈਂਡ

ਚੱਕਵਾਂ ਜਿਹਾ ਟਰੈਂਡ ਸੀ,
ਉਦੋਂ ਫੇਸਬੁੱਕ ਦਾ
ਮੈਂ ਹੋ ਗਿਆ ਸੀ ਫੈਨ,
ਤੇਰੀ ਮੌਡ ਲੁੱਕ ਦਾ।
ਰਿਹਾ ਨਾ ਗਿਆ
ਤੇਰੇ ਬਾਰੇ ਪੁੱਛ ਬੈਠਾਂ ਯਾਰਾਂ ਨੂੰ।
ਸੋਚ ਵਿਚਾਰ ਕੇ ਅਰਜ਼ੀ ਪਾਈ ਸੀ ਮੈਂ ਤੈਨੂੰ
ਤੂੰ ਵਕਤ ਲੈ ਕੇ ਹਾਂ ਕੀਤੀ ਹੋਣੀ ਮੈਨੂੰ।
ਚਲੋ ਖੈਰ ਹੋਵੇ ਸਾਡੀ ਅਰਜੀ ਮਨਜ਼ੂਰ ਸੀ ਹੋਈ
ਓ ਦਿਨ ਮੇਰੀ ਅੱਖ ਸਾਰੀ ਰਾਤ ਨਾ ਸੀ ਸੋਈ।
ਹੁਣ ਸਾਡੀ ਗੱਲ-ਬਾਤ ਨਵੇਂ ਰਾਹੇ ਸੀ ਪੈ ਗਈ
ਲੱਗਦਾ ਸੀ ਮੰਜਿਲ ਬਸ ਥੋੜੀ ਦੂਰ ਰਹਿ ਗਈ
ਤੇਰੀਆਂ ਸ਼ਰਾਰਤਾਂ ਦੇ ਵਿੱਚ ਵੱਖਰਾ ਹੀ ਜੋਸ਼ ਸੀ
ਜਾਪਦਾ ਮੈਂ ਪੱਤਾ ਟਾਹਣੀ ਦਾ ਤੇ ਤੂੰ ਪੈਂਦੀ ਅਸ ਸੀ
ਕਰਨੇ ਸੀ ਤੂੰ ਸੁਪਨੇ ਪੂਰੇ ਤੇ ਮੈਂ ਵੀ ਮਜਬੂਰ ਹੋਇਆ
ਲੇਖਾਂ ਦੇ ਸੀ ਰੰਗ, ਯਾਰਾ ਤੂੰ ਮੈਥੋਂ ਦੂਰ ਹੋਇਆ
ਦੱਸ ਕੀ ਨਾਮ ਦੇਵੇ 'ਪਰਮ' ਤੇਰੇ ਦਿੱਤੇ ਸਤਿਕਾਰ ਨੂੰ,
ਬਸ ਸੰਭਾਲ ਕੇ ਰੱਖੀ ਆਪਣੇ ਏਸ ਪਿਆਰ ਨੂੰ
ਹੋਰ ਨਹੀਉਂ ਲਿਖਣਾ ਬਸ ਰੋਕ ਲਏ ਜਜ਼ਬਾਤ ਮੈਂ,
ਅੱਜ ਰਾਤੀ ਤੇਰੀ ਯਾਦ ਨਾਲ ਕਰਨੀ ਆ ਮੁਲਾਕਾਤ ਮੈਂ

86

ਦੋ ਕਸ਼ਤੀਆਂ

ਮਾਂ ਤੈਨੂੰ ਦੁੱਖ ਦੱਸਾਂ ਮੈਂ ਸਾਰੇ
ਉੱਥੇ ਕਿਸਮਤ, ਇੱਥੇ ਜਿੰਦਗੀ ਤੋਂ ਹਾਰੇ
ਮੋਹ ਤਾਂ ਮੈਨੂੰ ਵਤਨਾਂ ਦਾ ਆਉਂਦਾ
ਸਮੁੰਦਰਾਂ ਦਾ ਲੰਮਾ ਪੈਂਡਾ ਪਾਰ ਨਹੀਂ ਹੋਣਾ ਮਾਏ।
ਮੈਂ ਦੋ ਕਸ਼ਤੀਆਂ 'ਚ ਸਵਾਰ ਨਹੀਂ ਹੋਣਾ।
ਬਾਪੂ ਦੇ ਸਿਰ ਨਾ ਪੰਡ ਕਰਜੇ ਦੀ ਭਾਰੀ
ਫਿਰ ਵੀ ਕਿਉਂ ਮਾਰਨੀ ਪਈ ਉਡਾਰੀ
ਖੰਭ ਲਾ ਕੇ ਜਹਾਜ਼ ਉੱਡ ਗਿਆ ਭਾਵੇਂ
ਉਹ ਵੀ ਤੇਰੀ ਬੁੱਕਲ ਵਰਗਾ ਉੱਡਾਰ ਨਹੀਂ ਹੋਣਾ ਮਾਏ।
ਮੈਂ ਦੋ ਕਸ਼ਤੀਆਂ 'ਚ ਸਵਾਰ ਨਹੀਂ ਹੋਣਾ।
ਇੱਥੇ ਟੈਕਸ ਕੱਟਣ ਪਿੱਛੋਂ ਕੁਝ ਨਾਂ ਬੱਚਦਾ
ਤੋਰ ਦਿੱਤਾ ਮੈਨੂੰ, ਜਿੱਥੇ ਹੁੰਦਾ ਰਾਹ ਕੱਚ ਦਾ
ਕੱਚੀ ਨੀਂਦੇ ਕਰ-ਕਰ ਕਮਾਈਆਂ
ਆਸਾਂ ਦਾ ਮਹਿਲ ਉਸਾਰ ਨਹੀਂ ਹੋਣਾਂ
ਮਾਏ। ਮੈਂ ਦੋ ਕਸ਼ਤੀਆਂ 'ਚ ਸਵਾਰ ਨਹੀਂ ਹੋਣਾ।
'ਬਾਕਰਪੁਰ' ਵਿੱਚ 'ਪਰਮ' ਸੁਖੀ ਸੀ ਵੱਸਦਾ
ਤੂੰ ਕੀ ਜਾਣੇ ਮਾਏ ਇੱਥੇ ਕਿੰਨਾ ਕੁ ਹੱਸਦਾ
ਬਚਪਨ ਜਿੱਥੇ ਹੋਵੇ ਬੀਤਿਆ
ਆਪਣਾ ਸੋਹਣਾ ਪਿੰਡ ਵਿਸਾਰ ਨਹੀਂ ਹੋਣਾ
ਮਾਏ। ਮੈਂ ਦੋ ਕਸ਼ਤੀਆਂ 'ਚ ਸਵਾਰ ਨਹੀਂ ਹੋਣਾ

87

ਵਿੱਚ ਪ੍ਰਦੇਸਾਂ

ਯਾਰਾਂ ਨੇ ਰੋਕਿਆ, ਨਾ ਰੁਕਿਆ ਮੈਂ
ਜਿੱਦ ਪੁਗਾਉਣ ਕੈਨੇਡਾ ਆ ਢੁਕਿਆ ਮੈਂ
ਬੜਾ ਬਿਜੀ ਹੋ ਗਿਆ ਹੁਣ
ਭੁੱਲ ਕੇ ਸਭ ਰੰਗ ਰਲੀਆਂ ਨੂੰ
ਵਿੱਚ ਪ੍ਰਦੇਸਾਂ ਬੈਠਾ, ਤਰਸਾਂ ਮੈਂ ਪਿੰਡ ਦੀਆਂ ਗਲੀਆਂ ਨੂੰ
ਬਾਪੂ ਜੀ ਦੀ ਝਿੜਕ ਬੜੀ ਚੇਤੇ ਆਉਂਦੀ
ਡਿੱਗਣ ਪਿੱਛੋਂ ਬੇਬੇ ਚੁੱਕ ਕਲੇਜੇ ਲਾਉਂਦੀ
ਛੋਟੇ ਭੈਣ-ਭਰਾ ਨਾਲੋਂ ਰਿਸ਼ਤੇ ਇੰਝ ਟੁੱਟੇ
ਜਿਵੇਂ ਤੋੜ ਲਵੇ ਕੋਈ ਟਾਹਣੀ ਨਾਲੋਂ ਕਲੀਆਂ ਨੂੰ
ਵਿੱਚ ਪ੍ਰਦੇਸਾਂ ਬੈਠਾ
ਕਦੇ ਯਾਰਾਂ ਸੰਗ ਨਹਾਉਂਦੇ ਸੀ ਵਿਚ ਬਰਸਾਤਾਂ
ਹੁਣ ਡਾਲਰਾਂ ਖਾਤਰ ਜਾਗਦੇ ਦਿਨ ਤੇ ਰਾਤਾਂ
ਰੋਣਾ ਆ ਜਾਵੇ ਮੈਨੂੰ ਵੇਖ
ਸੱਜਣਾਂ ਦੀ ਮਹਿੰਦੀ ਲੱਗੀਆਂ ਤਲੀਆਂ ਨੂੰ,
ਵਿੱਚ ਪ੍ਰਦੇਸਾਂ ਬੈਠਾ
ਦਿਨ-ਰਾਤ 'ਪਰਮ' ਬੜਾ ਕਮਾਇਆ ਪੈਸਾ
ਪਰ ਨਾ ਬਣ ਸਕਿਆ ਪ੍ਰਦੇਸ ਮੇਰੇ ਦੇਸ ਜੈਸਾ
ਹੁਣ ਘਰ ਪਰਤਣ ਨੂੰ ਬੜਾ ਦਿਲ ਕਰੇ ਜਿਵੇਂ,
ਪਿੰਡ ਆ ਜਾਇਆ ਕਰਦੇ ਸੀ ਸ਼ਾਮਾਂ ਢਲੀਆਂ ਨੂੰ
ਵਿੱਚ ਪ੍ਰਦੇਸਾਂ ਬੈਠਾ

88

ਬਾਪੂ ਦੀਆ ਗੱਲਾਂ ਤੋਂ

ਮਾਂ ਨੇ ਪਾਲਿਆ ਪੂਰੇ ਲਾਡਾਂ ਚਾਵਾਂ ਨਾਲ
ਬਾਪੂ ਨੇ ਤੁਰਨਾ ਸਿਖਾਇਆ ਬਾਹਵਾਂ ਨਾਲ
ਨਾਲੇ ਸਦਾ ਹੀ ਦੂਰ ਰੱਖਿਆ
ਜ਼ਮਾਨੇ ਦੇ ਮਾੜੇ ਵੱਲਾਂ ਤੋਂ
ਬੜਾ ਕੁਝ ਸਿੱਖਿਆ ਮੈਂ
ਬਾਪੂ ਦੀਆਂ ਗੱਲਾਂ ਤੋਂ
ਸਵੇਰੇ ਛੱਡ ਆਉਂਦਾ ਸੀ ਮੈਨੂੰ ਸਕੂਲੀ
ਮੂੰਹ ਤੇ ਆਉਣ ਤੋਂ ਪਹਿਲਾਂ ਹਰ ਗੱਲ ਕਬੂਲੀ
ਅੱਜ ਮੈਂ ਵੀ ਹੋ ਗਿਆ ਜਾਣੂੰ ਸੀਨੇ 'ਚ ਵੱਜਦੇ ਸੱਲਾਂ ਤੋਂ
ਬੜਾ ਕੁਝ ਸਿੱਖਿਆ ਮੈਂ
ਬਾਪੂ ਦੀਆਂ ਗੱਲਾਂ ਤੋਂ।
ਮਿਹਨਤ ਕਰ ਬਾਪੂ ਨੇ ਜੋ ਕੀਤੀ ਕਮਾਈ
ਕਾਲਜ ਦੀ ਪੜਾਈ ਤੱਕ ਮੇਰੇ ਲੇਖੇ ਲਾਈ
ਦਿਲੋਂ ਖੁਸ਼ ਹੋਇਆ ਹੋਣੈ
ਹੁਣ ਮੇਰੀਆਂ ਮਾਰੀਆਂ ਮੱਲਾਂ ਤੋਂ
ਬੜਾ ਕੁਝ ਸਿੱਖਿਆ ਮੈਂ,
ਬਾਪੂ ਦੀਆਂ ਗੱਲਾਂ ਤੋਂ
'ਪਰਮ' ਸਬਕ ਪੜਾਇਆ ਦੁਨੀਆਦਾਰੀ ਦਾ,
ਉਮਰ ਨਾਲ ਸਿਰ ਪੈਂਦੀ ਜ਼ਿੰਮੇਵਾਰੀ ਦਾ
'ਅੰਟਾਲ' ਮੰਗੇ ਸਦਾ ਖੈਰ ਉਸ ਵਸਦੇ ਅੱਲਾ ਤੋਂ
ਬੜਾ ਕੁਝ ਸਿੱਖਿਆ ਮੈਂ
ਬਾਪੂ ਦੀਆ ਗੱਲਾਂ ਤੋਂ।

89

ਪਤਾ ਲੱਗ ਜੇ

ਦੇਦੇ ਮੈਨੂੰ ਸਬਰਾਂ
ਤੈਨੂੰ ਹੋ ਜਾਣ ਖਬਰਾਂ
ਚਾਅ ਜਾਣਾ ਦੂਣ ਸਵਾਇਆ
ਕੱਲਾ ਜਦ ਹੋਵੇ
ਯਾਦਾਂ ਵਿੱਚ ਖੋਵੇ
ਪਤਾ ਲੱਗ ਜੇ ਤੂੰ ਕੀ ਗਵਾਇਆ ਈ
ਹਾਸੇ ਉੱਗਦੇ ਚੇਹਰੇ ਨੂੰ
ਲੁਕੋਇਆ ਸਿਖਰ ਦੁਪਹਿਰੇ ਨੂੰ
ਸਭ ਕੁਝ ਤੇਰੇ ਲੇਖੇ ਲਾਇਆ ਈ
ਕੱਲਾ ਜਦ ਹੋਵੇ
ਯਾਦਾਂ ਵਿੱਚ ਖੋਵੇ
ਪਤਾ ਲੱਗ ਜੇ ਤੂੰ ਕੀ ਗਵਾਇਆ ਈ
ਕੱਚੇ ਰਾਹ ਮੰਜਿਲਾਂ ਦੇ
ਲੰਘਣਾ ਪਿਆ ਵਿੱਚੋਂ ਜੰਗਲਾਂ ਦੇ
ਰਾਹ ਦੇ ਹਰ ਕੰਡੇ ਨੇ ਅਜਮਾਇਆ ਈ
ਕੱਲਾ ਜਦ ਹੋਵੇ
ਯਾਦਾਂ ਵਿੱਚ ਖੋਵੇ
ਪਤਾ ਲੱਗ ਜੇ ਤੂੰ ਕੀ ਗਵਾਇਆ ਈ
'ਪਰਮ' ਲੇਖ ਅਸਾਂ ਤਰਾਸੇ ਸੀ
ਤੇਰੀ ਦੀਦ ਦੇ ਨੈਣ ਪਿਆਸੇ ਸੀ

ਰੱਬ ਵਾਗੂੰ ਸੱਜਣ ਧਿਆਇਆ ਈ

ਕੱਲਾ ਜਦ ਹੋਵੇ

ਯਾਦਾਂ ਵਿੱਚ ਖੋਵੇ

ਪਤਾ ਲੱਗ ਜੇ ਤੂੰ ਕੀ ਗਵਾਇਆ ਈ,

ਚਿੱਟਾ ਵਿੱਕਦਾ ਏ

ਚਿੱਟਾ ਵਿੱਕਦਾ ਏ,
ਨਾਲੇ ਵਿੱਕਦਾ ਜ਼ਹਿਰ ਵਾਲਾ ਪਾਣੀ।
ਨਿੱਤ ਲੀਡਰ ਬੁੱਕਦੇ ਨੇ
ਕਿਉਂ ਨਾ ਕਰਦੇ ਗਲ ਸਿਆਣੀ।
ਕਈ ਛਾਤੀਆਂ ਤਣਦੇ ਨੇ,
ਲਾ-ਲਾ ਕੇ ਨਾੜਾਂ ਵਿੱਚ 'ਟੀਕੇ
ਜੋ ਮਾਪਿਆਂ ਲਈ ਬੋਝ ਬਣੇ,
ਉਹਨੇ ਕੀ ਕਰਨਾ ਏ ਜੀ ਕੇ
ਮੈਨੂੰ ਸਮਝ ਨਾ ਆਉਂਦੀ, ਏਹ
ਕਿੱਦਾਂ ਉੱਲਝ ਗਈ ਏ ਤਾਣੀ
ਪੰਜਾਬ ਦੇ ਜੰਮਿਆਂ ਨੂੰ
ਯਾਰੋ ਪੈ ਗਈਆਂ ਨੇ ਖੋਰਾਂ
ਲੁੱਟ-ਲੁੱਟ ਖਾ ਲਿਆ
ਇਨਾਂ ਪੰਜ ਸਾਲੀ ਚੋਰਾਂ
ਸਹਿ ਜੇ ਇਦਾਂ ਹੀ ਮਿਲਦੀ ਰਹੀ
ਤਾਂ ਇਕ ਦਿਨ ਹੋ ਜੂ ਖਤਮ ਕਹਾਣੀ
ਬਚਪਨ ਰੁੱਲ ਰਿਹੈ
ਨਾਲੇ ਰੁੱਲਦੀ ਫਿਰੇ ਜਵਾਨੀ
ਜਾਣ-ਬੁੱਝ ਕੇ ਕਰਦੇ ਨੇ,
ਜਾਂ ਕਰਦੇ ਫਿਰਨ ਸ਼ਤਾਨੀ

'ਪਰਮ' 20 ਦਾ ਹੁੰਦਿਆਂ ਹੀ
ਖੋ ਜਾਂਦਾ ਹਾਣ ਦਾ ਹਾਣੀ
ਚਿੱਟਾ ਵਿੱਕਦਾ ਏ
ਨਾਲੇ ਵਿੱਕਦਾ ਜ਼ਹਿਰ ਵਾਲਾ ਪਾਣੀ

91

ਇੱਕ ਦਿਨ

ਇੱਕ ਦਿਨ ਮਹਿਕਾਂ ਉੱਠਣਗੀਆਂ ਚਾਰੇ ਪਾਸੇ।
ਇੱਕ ਦਿਨ ਸਾਰਿਆਂ ਦੇ ਚਿਹਰੇ ਤੇ ਹੋਣਗੇ ਹਾਸੇ।
ਇੱਕ ਦਿਨ ਮੀਲਾਂ ਦੂਰ ਜਾਣਗੇ ਸਭ ਉਦਾਸੇ
ਇੱਕ ਦਿਨ ਭੀਖ ਲਈ ਕਿਸੇ ਨਾ ਫੜਨੇ ਕਾਸੇ
ਇੱਕ ਦਿਨ ਕਿਸੇ ਨਹੀਂ ਆਉਣਾ ਕਿਸੇ ਦੇ ਝਾਂਸੇ
ਇੱਕ ਦਿਨ ਰੱਜ ਜਾਣਗੇ ਫਿਰਦੇ ਜੋ ਪਿਆਸੇ
ਇੱਕ ਦਿਨ ਖੈਰ ਗਵਾਹ ਹੋਣਗੇ ਮੇਰੇ ਖਾਸੇ
ਇੱਕ ਦਿਨ ਮੁੜ ਆਵੇਗੀ ਹਰ ਰੁੱਤ ਇਸੇ ਆਸੇ
ਇੱਕ ਦਿਨ ਘੁੱਲ ਜਾਣਗੇ ਜਹਿਰਾਂ ਵਿੱਚ ਪਤਾਸੇ
ਇੱਕ ਦਿਨ ਸਾਂਝੀ ਰੋਟੀ ਪੱਕੂ ਇਕ ਪਰਾਤੇ
ਇੱਕ ਦਿਨ ਦੁੱਖਾਂ ਨੂੰ ਛੱਡ ਸੁੱਖਾਂ ਦੇ ਲੱਗਣਗੇ ਤਾਂਤੇ
ਇੱਕ ਦਿਨ ਖਤਮ ਹੋ ਜਾਣਗੇ ਲੋਭ ਵਾਲੇ ਤਮਾਸੇ
ਇੱਕ ਦਿਨ 'ਪਰਮ' ਬੈਠ ਹੋਕੇ ਇਕਾਂਤੇ
ਜਿਸ ਦਿਨ ਲੱਭ ਜਾਣਗੇ ਬੰਦੇ ਜੋ ਰੱਬ ਨੇ ਤਰਾਸੇ
ਇੱਕ ਦਿਨ...

92

ਉਮਰਾਂ ਵੱਧ ਗਈਆਂ

ਜ਼ਿੰਦਗੀ ਦੇ ਗੀਤਾਂ ਦਾ ਸਫਰ ਮੁੱਕ ਨਹੀਂ ਰਿਹਾ
ਦੁੱਖਾਂ-ਸੁੱਖਾਂ ਦਾ ਦਰਿਆ ਰੁੱਕ ਨਹੀਂ ਰਿਹਾ
ਹਰ ਦਿਨ ਲਿਖ ਹੋ ਰਿਹਾ ਨਵਾਂ ਫਲਸਫਾ
ਪਿੱਛੋਂ ਲੱਗਦਾ ਇਹ ਤਾਂ ਸਾਡੇ ਤੇ ਢੁੱਕ ਨਹੀਂ ਰਿਹਾ
ਉਮਰਾਂ ਵੱਧ ਗਈਆਂ ਪਰ ਹੋਏ ਨਾ ਸਿਆਣੇ
ਦੇਖੋ ਹਉਮੇ ਕਿਸੇ ਅੱਗੇ ਝੁੱਕ ਨਹੀਂ ਰਿਹਾ
ਕੌੜਾ ਸੱਚ ਕਿਸੇ ਅੱਗੇ ਬੋਲਿਆ ਜਾਣਾ ਨੀ
ਚਿੱਟਾ ਝੂਠ ਚਿਹਰੇ ਤੋਂ ਲੁੱਕ ਨਹੀਂ ਰਿਹਾ
ਖਜ਼ਾਨੇ ਇੱਕਠੇ ਕਰ ਲਏ ਤੇ ਭਰ ਲਈਆਂ ਤਿਜੋਰੀਆਂ
ਲਾਲਚ ਦਾ ਬੂਟਾ ਅਜੇ ਵੀ ਸੁੱਕ ਨਹੀਂ ਰਿਹਾ
ਕਦੋਂ ਦਾ ਲਾਈ ਬੈਠਾ 'ਪਰਮ' ਅੱਗ ਸੀਨੇ 'ਚ
ਉਦੇ ਗੁੱਸੇ ਵਾਲਾ ਅੰਸ ਫੁੱਕ ਨਹੀਂ ਰਿਹਾ।

CPSIA information can be obtained
at www.ICGtesting.com
Printed in the USA
LVHW041249090222
710593LV00005B/742

9 781636 401157